# माझे आवडते संगीतकार (हिंदी चित्रपट)

रविंद्र पडळकर

notionpress.com

INDIA · SINGAPORE · MALAYSIA

ISBN  979-8-89026-441-1

हे पुस्तक त्या सर्व संगीतकारांना अर्पण करत आहे
ज्यांचा ह्या पुस्तकात उल्लेख आहे
आणि त्यांच्यामुळेच माझ्या आयुष्याचा काही काळ अत्यंत सुखाचा आणि
आनंदाचा गेला

# अनुक्रमणिका

# प्रस्तावना

माझे काका, वासूकाका यांच्याबरोबर मी एकदा सिनेमाला गेलो होतो. साल असेल १९६२ - ६३. चित्रपट गृहात सिनेमा सुरु होण्या पूर्वी सुरुवातीला गाणी लावायचे. एक गाणे लागले, तेरा मेरा प्यार अमर... काकांनी उत्स्फूर्तपणे प्रतिसाद दिला. "वा, काय संगीत दिलंय शंकर जयकिशननी! " माझा ही गाण्यांकडे कल होताच त्यामुळे शंकर जयकिशन हे नाव माझ्या मनाने ताबडतोब टिपलं. मला ही ते गाणं फारच आवडलं.

त्याच सुमारास आमच्याकडे रेडिओ आला. मग काय, मी आणि रेडिओ सिलोन, यांचं नातं कायमचं जुळलं.

आम्ही दुसऱ्या कोणाकडे रेडिओ ऐकायला जात नसू. कारण दुसऱ्याच्या वस्तूला हात लावू नये, दुसऱ्याच्या वस्तूचं नुकसान करू नये इ. आम्हाला शिकवलेलं होतं. नुकसान झालं तर ते भरून द्यावं लागतं. त्यामुळे घरी स्वतःचा रेडिओ आल्यावर ही सगळी बंधन आपोआपच बाद झाली.

नंतर खूप वर्षांनी मी शिरीष कणेकरांच्या पुस्तकांत वाचलं की लता मंगेशकर यांना 'ते गाणं' फारसं आवडत नाही. त्या म्हणाल्या की ते गाणं दळण दळल्यासारखं वाटतं. ते वाचून मी तर शॉक झालो. पण म्हटलं त्यांना आवडत नसेल आपल्याला तर आवडतं ना, मग झालं तर. अशी गंमत.

मग आपोआपच त्या काळच्या संगीतकार वगैरे मंडळींची माहिती होऊ लागली. गायक ठराविकच होते. अशा रीतीने माझा सिने क्षेत्रातला श्रोता म्हणून संगीतमय प्रवास सुरु झाला.

सगळ्या संगीतकारांची गाणी ऐकली, पण तरी सुद्धा शंकर जयकिशनच माझे आवडते संगीतकार म्हणून टिकून राहिले.

सचिन देव बर्मन यांना मी या क्षेत्रातले दादा मानतो. नंतर नंबर येतो नौशाद आणि रोशन यांचा.

त्याकाळी बिनाका गीतमाला हा कार्यक्रम फार लोकप्रिय होता. आम्ही बुधवार संध्याकाळी ८ वाजायची वाटच पाहत असायचो. आमचे काका पण इतके संगीत वेडे होते की त्यांनी त्यांच्या मुलीचं नावच बिनाका ठेवलं होतं.

आम्ही हिंदी सिनेमे गाण्यांसाठीच पाहत असू कारण सिनेमांच्या गोष्टीत फारसा फरक नसायचा.

आणि गाणी पण खूप असायची. हळू हळू गाण्यांची संख्या कमी झाली.

पण इंदर सभा हा असा सिनेमा आहे ज्यामध्ये जास्तीत जास्त गाणी आहेत. ७० गाण्यांचा हा सिनेमा १९३२ मध्ये रिलीज झाला होता.

१९५० - ५५ च्या दरम्यान पुण्यात आमच्या घरात सतत खूप पाहुणे म्हणजे काका व आत्या असत. कोल्हापूरहून मुंबईला जाताना आणि मुंबईहून कोल्हापूरला जाताना आमच्याकडे मुक्काम असायचा. सगळे १५ ते २५ वयोगटातील असल्यामुळे त्यांच्यात हिंदी चित्रपटातील गाण्यांबद्दल जोरदार चर्चा चालत असे. मी लहान होतो पण तरीही त्याचा माझ्या मनावर परिणाम झाला असणारच.

या सगळ्या संगीतकारांच्या गाण्यांमुळे हा काळ फार सुखाचा आणि आनंदाचा गेला. मी या संगीतकारांचा कायमचा ऋणी राहीन.

हे पुस्तक लिहिताना मी पुन्हा ते दिवस जगलो आणि मला पुनःप्रत्ययाचा आनंद मिळाला.

# १
# सचिन देव बर्मन

मी सचिन देव बर्मन यांना संगीतकारांमध्ये सर्वोच्च स्थान देतो आणि ते मला सर्वात आदरणीय वाटतात.

सचिन देव बर्मन (१ ऑक्टोबर १९०६ - ३१ ऑक्टोबर १९७५) हे भारतीय संगीत दिग्दर्शक आणि गायक होते. त्रिपुराच्या राजघराण्यातील एक सदस्य, त्यांनी १९३७ मध्ये बंगाली चित्रपटांमधून आपल्या कारकिर्दीची सुरुवात केली. नंतर त्यांनी हिंदी चित्रपटांसाठी संगीत तयार करण्यास सुरुवात केली आणि ते सर्वात यशस्वी आणि प्रभावशाली बॉलीवूड चित्रपट संगीतकार बनले. बर्मन यांनी बंगाली चित्रपट आणि हिंदीसह १०० हून अधिक चित्रपटांसाठी साउंडट्रॅक तयार केले. अष्टपैलू संगीतकार असण्यासोबतच त्यांनी बंगालच्या हलक्या अर्ध-शास्त्रीय आणि लोकशैलीतील गाणीही गायली. त्यांचा मुलगा आर.डी. बर्मन हा देखील बॉलीवूड चित्रपटांसाठी प्रसिद्ध संगीतकार होता.

बर्मन यांच्या रचना त्या काळातील आघाडीच्या गायकांनी गायल्या, ज्यात लता मंगेशकर, मोहम्मद रफी, गीता दत्त, मन्ना डे, किशोर कुमार, हेमंत कुमार, आशा भोसले, शमशाद बेगम, मुकेश आणि तलत महमूद यांचा समावेश होता. पार्श्वगायक म्हणून, बर्मन यांनी १४ हिंदी आणि १३ बंगाली चित्रपट गाणी गायली.

बर्मन यांचा जन्म १ ऑक्टोबर १९०६ रोजी कोमिल्ला, बंगाल प्रेसिडेन्सी येथे (आजच्या बांगलादेशात) झाला. आईचे नाव राजकुमारी निर्मला देवी, (मणिपूरची राजकन्या) आणि वडील त्रिपुराचे राजकुमार नवद्वीपचंद्र देव बर्मन, (महाराजा इशानचंद्र माणिक्य देव बर्मन यांचे पुत्र). सचिन त्याच्या पालकांच्या पाच मुलांपैकी

सर्वात लहान होता. त्यांना एकूण नऊ मुले होती. दुर्दैवाने सचिन फक्त दोन वर्षांचा असताना त्याची आई वारली.

## शिक्षण

एस.डी. बर्मन यांची पहिली शाळा आगरतळा, त्रिपुरा येथील कुमार बोर्डिंग येथे होती. हॅरो आणि इटॉन सारख्या राजघराण्यातील मुलांसाठी आणि अतिशय श्रीमंत लोकांसाठी ही एक बोर्डिंग स्कूल होती. बर्मनचे वडील, राजा नबद्वीपचंद्र देब बर्मन यांच्या लक्षात आले की शिक्षक उच्चभ्रूंच्या मुलांना शिक्षण देण्यापेक्षा त्यांचे लाडच अधिक करत असत. बर्मनच्या वडिलांनी त्यांना कुमार बोर्डिंगमधून नेले आणि कोमिल्ला येथील युसूफ शाळेत दाखल केले. कोमिल्ला जिल्हा शाळेतून त्यांनी १९२० मध्ये वयाच्या १४ व्या वर्षी मॅट्रिक पूर्ण केले. त्यानंतर त्यांनी व्हिक्टोरिया कॉलेज, कोमिला येथे प्रवेश घेतला, सध्या ते कोमिल्ला व्हिक्टोरिया सरकारी महाविद्यालय आहे, तेथून त्यांनी १९२४ मध्ये बीए ची पदवी मिळवली. बर्मन तेथून पुढे गेले. कोलकाता येथे त्यांनी कलकत्ता विद्यापीठात एमए सुरू केले. पण ते त्यांनी मधेच सोडून दिले. कारण कारण त्यांचा ओढा संगीताकडे जास्त होता. १९२५ ते १९३० या काळात संगीतकार के. सी. डे यांच्याकडे प्रशिक्षण घेऊन त्यांनी संगीताचे औपचारिक शिक्षण सुरू केले. त्यानंतर १९३२ मध्ये ते भीष्मदेव चट्टोपाध्याय यांच्या आश्रयाखाली आले, जे त्यांच्यापेक्षा फक्त तीन वर्षांचे ज्येष्ठ होते. त्यानंतर सारंगी वादक खलिफा बादल खान आणि सरोदवादक उस्ताद अल्लाउद्दीन खान यांच्याकडून प्रशिक्षण घेतले.

## १९३० चे दशक

बर्मन यांनी २० च्या दशकाच्या उत्तरार्धात कलकत्ता रेडिओ स्टेशनवर रेडिओ गायक म्हणून काम करण्यास सुरुवात केली, जेव्हा गायक-संगीतकार म्हणून त्यांचे काम बंगाली लोकसंगीत आणि हलके हिंदुस्थानी शास्त्रीय संगीत यावर आधारित होते. परिणामी, त्यांच्या रचनांवर मुख्यतः सध्याच्या बांगलादेशातील आणि नंतर भारताच्या इतर भागांत आणि जगभरातील लोक-सुरांच्या त्यांच्या प्रचंड भांडाराचा प्रभाव होता. त्यांची पहिली रेकॉर्ड १९३२ मध्ये (हिंदुस्थान म्युझिकल प्रोडक्ट) रिलीज झाली होती. त्यानंतरच्या दशकात, त्यांनी गायक म्हणून शिखर गाठले, त्यांनी बंगालीमध्ये तब्बल १३१ गाणी गायली त्यात हिमांसू दत्ता, आरसी बोराल, नजरुल इस्लाम, शैलेश दास गुप्ता यांसारख्या संगीतकारांचा समावेश होता. या शिवाय

सुबल दास गुप्ता, माधवलाल मास्तर आणि त्यांचा स्वतःचा मुलगा आर.डी. बर्मन यांच्यासाठीही गायले.

१९३४ मध्ये, ते अलाहाबाद विद्यापीठाच्या निमंत्रणावरून अखिल भारतीय संगीत परिषदेत सहभागी झाले होते, जिथे त्यांनी विजया लक्ष्मी पंडित आणि किराणा घराण्याचे अतुलनीय अब्दुल करीम खान यांच्या आवडीसह त्यांची बंगाली ठुमरी सर्व नामवंत प्रेक्षकांसमोर सादर केली. वर्षाच्या उत्तरार्धात, त्यांना बंगाल म्युझिक कॉन्फरन्स, कोलकाता येथे आमंत्रित करण्यात आले, ज्याचे उद्घाटन रवींद्रनाथ टागोर यांनी केले होते, येथे त्यांनी पुन्हा त्यांची ठुमरी गायली, आणि त्यांना सुवर्णपदक देण्यात आले.

कोलकात्याच्या बालीगंज येथील साउथेंड पार्कमध्ये त्यांनी घर बांधले. १० फेब्रुवारी १९३८ रोजी ढाका येथील दंडाधिकारी रायबहादूर कमलनाथ दासगुप्ता यांची नात मीरा दास गुप्ता (१९२०-२००७) हिच्याशी त्यांनी कलकत्ता येथे लग्न केले. सचिनदांच्या राजघराण्याला ते लग्न मान्य नव्हते आणि आणि त्यामुळे त्यांनी आपल्या कुटुंबाशी संबंध तोडले आणि त्याचा वारसा गमावला. इतर काहींच्या मते, एस.डी. बर्मनने आपल्या राजघराण्याशी संबंध तोडले कारण त्रिपुराच्या राजघराण्याने आपल्या वडिलांना आणि भावांना दिलेल्या अन्यायकारक वागणुकीमुळे ते निराश झाले होते. या जोडप्याचा एकुलता एक मुलगा, राहुल देव बर्मन यांचा जन्म १९३९ मध्ये झाला. एस.डी. बर्मन यांनी उर्दू चित्रपट सेलिमा (१९३४) मध्ये गायकाची भूमिका केली आणि धीरेन गांगुली यांच्या बिद्रोही (१९३५) चित्रपटात आणखी एक भूमिका केली.

संगीतकार म्हणून त्यांनी सती तीर्थ आणि जननी या बंगाली नाटकांपासून सुरुवात केली. १९४६ मध्ये ते कायमचे मुंबईत गेल्यानंतर १९६९-७० मध्ये फक्त एका बंगाली चित्रपटात संगीत दिले. त्यांनी २० हून अधिक बंगाली आणि ८९ हिंदी चित्रपटांना संगीत दिले.

त्यांनी यहुदी की लडकी (१९३३) मध्ये गाणे गाऊन चित्रपटसृष्टीत पदार्पण केले परंतु पहारी सन्याल यांनी गाणी काढून टाकली आणि पुन्हा गायली. गायक म्हणून त्यांचा पहिला चित्रपट अखेरीस सांझेर पिडीम (१९३५) होता.

## १९४० चे दशक

१९४४ मध्ये, फिल्मिस्तानच्या शशधर मुखर्जी यांच्या विनंतीवरून, बर्मन मुंबईला गेले, ज्यांनी त्यांना अशोक कुमार स्टारर शिकारी (१९४६) आणि आठ दिन या दोन चित्रपटांसाठी संगीत देण्यास सांगितले, परंतु त्यांना पहिले मोठे यश पुढच्या

वर्षी मिळाले. चित्रपट दो भाई (१९४७). गीता दत्तने गायलेले "मेरा सुंदर सपना बीत गया" हे गाणे चित्रपटसृष्टीतील त्यांचे एक महत्त्वाचे गाणे होते. १९४९ मध्ये शबनम चित्रपट आला, फिल्मीस्तानसोबतची त्याची आतापर्यंतची सर्वात मोठी हिट गाणी, विशेषत: शमशाद बेगमच्या "ये दुनिया रूप की चोर" या बहु-भाषिक हिट गाण्यासाठी लक्षवेधी ठरली, जी त्या काळात लोकप्रिय ठरली.

## १९५० चे दशक

मुंबईच्या भौतिकवादाचा भ्रमनिरास झालेल्या बर्मनने अशोक कुमार अभिनीत मशाल (१९५०) अपूर्ण सोडले आणि कलकत्त्याला परतीच्या पहिल्या ट्रेनमध्ये बसण्याचा निर्णय घेतला. सुदैवाने ते तसे करण्यापासून परावृत्त झाले.

१९५० च्या दशकात, बर्मन यांनी टॅक्सी ड्रायव्हर, नौ दो ग्याराह (१९५७) आणि काला पानी (१९५८) यांसारखे संगीतमय हिट चित्रपट तयार करण्यासाठी देव आनंदच्या नवकेतन फिल्म्ससोबत हातमिळवणी केली. याशिवाय त्यांनी मुनीमजी (१९५५) आणि पेइंग गेस्ट (१९५७) साठी संगीत दिले. मोहम्मद रफी आणि किशोर कुमार यांनी गायलेली त्यांची गाणी लोकप्रिय झाली. बर्मन यांनी देव आनंद यांच्या निर्मिती संस्थेच्या नवकेतनच्या पहिल्या चित्रपट अफसर (१९५०) साठी संगीत दिले. त्यांचा दुसरा चित्रपट बाजी (१९५१) च्या यशाने ते शीर्षस्थानी पोहोचले आणि नवकेतन आणि देव आनंद यांचा दीर्घकाळ सहवास सुरू झाला. बाजीच्या जॅझी म्युझिकल स्कोअरने गायिका गीता दत्तचा एक नवीन पैलू प्रकट केला, जी मुख्यत: उदास गाणी आणि भजनांसाठी ओळखली जात होती. चित्रपटातील प्रत्येक गाणे हिट झाले असताना, एक विशेष आकर्षणासाठी उभे राहिले - "तदबीर से बिगडी हुई तकदीर", ही एक गझल जी एका मोहक गाण्यात आली. हेमंत कुमारने गायलेले "ये रात ये चांदनी" हे गाणे सर्वकालीन उत्कृष्ट क्लासिक आहे. लता मंगेशकर यांनी गायलेले नौजवान (१९५१) चित्रपटातील "ठंडी हवाएं" हे गाणे त्यांच्या पहिल्या हिट गाण्यांपैकी एक होते. त्यामुळे कवी म्हणून साहिर आणि गायिका म्हणून लतादीदींना खूप प्रसिद्धी मिळाली.

त्यांनी गुरु दत्त क्लासिक्स प्यासा (१९५७) आणि कागज के फूल (१९५९) साठी संगीत देखील लिहिले. देवदास (१९५५), हाऊस नंबर 44 (१९५५), फंटूश (१९५६), आणि सोलवा साल (१९५८) चे साउंडट्रॅक हे एस.डी. बर्मनचे इतर हिट चित्रपट होते. १९५९ मध्ये सुजाता आली, ही बिमल रॉयची उत्कृष्ट कलाकृती होती आणि तलत महमूदच्या "जलते है जिसके लिए" सह एस.डी.ने पुन्हा जादू निर्माण केली.

जेव्हा गुरु दत्त यांनी बाजी आणि जाल (१९५२) सारखे तुलनेने हलकेफुलके चित्रपट बनवले, तेव्हा बर्मन यांनी "सुनो गजर क्या गाये " किंवा "दे भी चुके हम" सारख्या रचनांद्वारे त्यांचा मूड प्रतिबिंबित केला आणि जेव्हा गुरु दत्तने त्यांच्या सर्वोत्कृष्ट कृती बनवल्या - प्यासा (१९५७) आणि कागज के फूल (१९५९), "जिन्हे नाज़ है हिंद" आणि "वक्त ने किया क्या हसीन सितम" मध्ये तो अगदी योग्य होता. २००४ मध्ये, ब्रिटीश फिल्म इन्स्टिट्यूट मॅगझिन, साईट अँड साउंड द्वारे प्यासाचा साउंडट्रॅक "चित्रपटातील सर्वोत्कृष्ट संगीत" म्हणून निवडला गेला.

१९५७ मध्ये, एस.डी. बर्मन, यांनी आशा भोसले यांना त्यांची प्रमुख महिला गायिका म्हणून दत्तक घेतले. एस.डी. बर्मन, किशोर कुमार, आशा भोसले आणि गीतकार मजरूह सुलतानपुरी यांची टीम त्यांच्या युगल गीतांसाठी लोकप्रिय झाली. अशाप्रकारे, आशा भोसले यांना प्रतिष्ठित गायिका म्हणून आकार देण्यासाठी ओ.पी. नय्यर यांच्याबरोबरीने ते ही जबाबदार होते. आशा भोसले नंतर आर.डी. बर्मन यांच्याशी लग्न केल्यानंतर त्यांची सून बनली.

१९५८ मध्ये एस.डी. बर्मन यांनी किशोर कुमार यांच्या हाऊस प्रोडक्शन "चलती का नाम गाडी" साठी संगीत दिले. त्याच वर्षी, सुजातामधील त्यांच्या रचनांसाठी त्यांना संगीत नाटक अकादमी पुरस्काराने सन्मानित करण्यात आले आणि हा प्रतिष्ठित पुरस्कार जिंकणारे ते एकमेव संगीत दिग्दर्शक होते. एस.डी. बर्मन यांनी अनेकदा लोकसंगीत, हिंदुस्थानी शास्त्रीय संगीत तसेच जीवनातील दैनंदिन सांसारिक ध्वनींपासून प्रेरणा घेतली. उदाहरणार्थ, नंतरच्या एका मुलाखतीत त्यांनी मजरूह सुलतानपुरी / मो. रफी / देव आनंद गाणे "हम बेखुदी में तुम" या हिंदुस्थानी राग "राग छायानत" आणि रोज म्हटल्या जाणाऱ्या धार्मिक प्रार्थने वरून आधारित काला पानी ट्यून कशी तयार केली यावर चर्चा केली.

## १९६० चे दशक

त्यांच्या कारकिर्दीच्या सुरुवातीच्या काळात, बर्मन यांनी अभिनेत्यांद्वारे चित्रपटात त्यांचा आवाज लिप-सिंक करण्यास परवानगी देण्यास नकार दिला; परिणामी, नंतरच्या काळातही, हिंदी चित्रपटसृष्टीत, त्यांचा आवाज स्वतंत्रपणे वापरला गेला. बंदिनी (१९६३) मधील "ओ रे माझी मेरे साजन है उस पार", गाईड (१९६५) मधील "वहां कौन है तेरा" आणि आराधना (१९६९) मधील "सफल होगी तेरी आराधना" मध्ये. त्यांना १९७० मध्ये सर्वोत्कृष्ट पार्श्वगायकाचा राष्ट्रीय चित्रपट पुरस्कार मिळाला.

प्रकृती अस्वास्थ्यामुळे १९६० च्या दशकाच्या सुरुवातीला त्यांच्या कारकिर्दीला मंदी आली, परंतु १९६० च्या उत्तरार्धात त्यांनी अनेक हिट चित्रपट दिले. १९६१ मध्ये, बर्मन आणि लता मंगेशकर R.D. बर्मन यांच्या छोटे नवाब (१९६१) या चित्रपटातील पहिल्या गाण्याच्या रेकॉर्डिंगच्या वेळी एकत्र आले. त्यांनी आपले मतभेद समेट केले आणि १९६२ मध्ये पुन्हा काम करण्यास सुरुवात केली.

देव आनंद-एस. डी. बर्मन भागीदारी, नवकेतन बॅनरखाली, बम्बई का बाबू (१९६०), तेरे घर के सामने (१९६३), गाईड (१९६५) आणि ज्वेल थीफ (१९६७) यांसारख्या संगीतमय हिट गाणी निर्माण करत राहिली. १९६३ मध्ये, त्यांनी मेरी सूरत तेरी आंखे (१९६३) ची साउंडट्रॅक तयार केली, ज्यामध्ये मन्ना डे यांनी अहिर भैरव रागातील "पूछो ना कैसे मैंने " हे गाणे गायले. हे गाणे "अरुण कांती के गो योगी" या गाण्याने प्रेरित होते. त्या चित्रपटात मोहम्मद रफीने गायलेले " नाचे मन मोरा मगन" हे गाणेही होते; हिंदी चित्रपटातील गाण्यांमध्ये हे महत्त्वाचे स्थान बनले.

बंदिनी (१९६३), जिद्दी (१९६४), आणि तीन देवीयां (१९६५) हे या काळातील एस.डी. बर्मनचे इतर हिट चित्रपट होते. बंदिनीमध्ये, संपूर्णन सिंग (गुलजार म्हणून ओळखले जाते) यांनी "मोरा गोरा अंग लै ले" या गाण्याने गीतकार म्हणून पदार्पण केले, पण इतर गाणी शैलेंद्रने लिहिली होती. देव आनंद अभिनीत गाईड (१९६५) हे त्याच्या काळातील सर्वोत्कृष्ट गाणी तसेच चित्रपटासह सुपरहिट चित्रपट होता; तथापि, त्याला त्या वर्षासाठी सर्वोत्कृष्ट संगीत दिग्दर्शक श्रेणीमध्ये फिल्मफेअर पुरस्कार मिळाला नाही, जो बॉलीवूड मध्ये नेहमीच चर्चेत राहिला.

आराधना (१९६९) हा बॉलिवूडच्या इतिहासातील आणखी एक महत्त्वाचा चित्रपट मानला जातो. चित्रपटाच्या संगीताने गायक किशोर कुमार, गीतकार आनंद बक्षी आणि चित्रपट निर्माते शक्ती सामंता यांच्या कारकिर्दीला आकार दिला. दिग्दर्शक शक्ती सामंता यांच्या म्हणण्यानुसार, मोहम्मद रफीने चित्रपटातील सर्व गाणी गायली असायला हवी होती (त्याने फक्त दोनच गाणी गायली होती), पण ते २ महिन्यांच्या दौऱ्यावर होते आणि त्यांना २ महिने थांबायचे नव्हते. त्यामुळे, राजेश खन्ना हे नवखे असल्यामुळे त्यांनी बर्मन यांना किशोर कुमारचा वापर करण्यास सुचवले आणि त्यांनी ते मान्य केले. सर्व गाणी चार्टबस्टर झाली ज्यामुळे किशोर कुमार रातोरात टॉपला पोहोचले. "मेरे सपनो की रानी" या गाण्यासाठी सचिन देव यांनी आर.डी.ला माउथ ऑर्गन वाजवायला लावले. देव आनंद आणि एस.डी. बर्मन यांनी प्रेम पुजारी (१९६९) मध्ये त्यांची संगीत भागीदारी सुरू ठेवली.

## १९७० चे दशक

तेरे मेरे सपने (१९७१), इश्क पर जोर नहीं (१९७०), शर्मिली (१९७१), अभिमान (१९७३), प्रेम नगर (१९७४), सगीना (१९७४), चुपके चुपके (१९७५), आणि मिली (१९७५) हे काही चित्रपट आहेत, बर्मन यांचे या दशकातील क्लासिक्स.

मिली चित्रपटासाठी "बडी सूनी सूनी है" (किशोर कुमारने गायलेले) गाण्याचे रिहर्सल केल्यानंतर एस.डी. बर्मन लवकरच कोमात गेले आणि ३१ ऑक्टोबर १९७५ रोजी मुंबईत त्यांचे निधन झाले.

किशोर कुमार यांच्याशी संबंध

बर्मन हे एकमेव संगीतकार होते ज्यांनी रफी आणि किशोर कुमार दोघांचाही जवळपास सारख्याच गाण्यांमध्ये वापर केला होता. ते किशोर कुमार ला आपला दुसरा मुलगा मानत. किशोर कुमार ने कबूल केले की सचिन दा यांनीच त्याला पहिली संधी दिली होती. सचिन दा देखील रात्रीच्या वेळी किशोरला फोन करायचे आणि टेलिफोनवर, त्यांनी रचलेल्या नवीन सूर गाण्यास सुरुवात करायचे आणि किशोरला त्यांच्यासोबत गाण्यास सांगायचे.

वारसा

दक्षिण आशियाई वारसा असलेल्या ब्रिटिश गायिका नजमा अख्तर यांनी बर्मन यांच्या कार्याची रेकॉर्ड केली, फॉरबिडन किस: द म्युझिक ऑफ एस.डी. बर्मन, बर्मन रचनांच्या मुखपृष्ठांचा अल्बम.

भारतीय क्रिकेटपटू सचिन तेंडुलकरचे नाव सचिनच्या आजोबांनी संगीतकाराच्या नावावरून ठेवले होते, जे बर्मन यांचे निस्सीम चाहते होते.

गायक आणि मिमिक्री आर्टिस्ट सुदेश भोंसले वारंवार एस.डी. बर्मन यांच्या अनुनासिक उच्च आवाजाचे आणि विलक्षण गायन शैलीची नक्कल करतात.

बर्मन यांची फिल्मी गाणी तयार करण्याची खास शैली होती. बहुतेक संगीतकारांनी ट्यून तयार करण्यासाठी हार्मोनियम किंवा पियानोचा वापर केला, तर त्यांनी टाळ्या वाजवण्यासारख्या तालाचा वापर करून सूर तयार केले. त्यांना "पान" खूप आवडते जे खास त्यांच्या पत्नीने सुकलेल्या संत्र्याच्या सालीचा तुकडा आणि "केवडा" फ्लॉवर (ओडोरॅटिसिमस फ्लॉवर) घालून बनवले होते. याशिवाय, खार स्टेशनजवळ त्यांचा निवडक पानवाला (पान विक्रेते), त्यांचा बंगला "द जेट" आणि भारती विद्या भवन होते जिथून त्यांना त्यांच्या आवडीचे पान मिळायचे.

सचिन देव बर्मन यांचे इंग्रजीतील पहिले चरित्र "Incomparable Sachin Dev Burman" हे आहे. मुख्याधिकारी चौधरी यांनी लिहिले आहे. तो बांगलादेशातील ढाका येथून प्रकाशित केले होते.

१ ऑक्टोबर २००७ रोजी, त्यांच्या १०१ व्या जयंतीनिमित्त, भारतीय टपाल सेवेने आगरतळा येथे एक स्मरणीय टपाल तिकीट जारी केले, जिथे त्यांच्या जीवन आणि कार्यावरील प्रदर्शनाचे उद्घाटनही करण्यात आले; त्रिपुरा राज्य सरकार संगीत क्षेत्रातील वार्षिक "सचिन देव बर्मन मेमोरियल पुरस्कार" देखील प्रदान करते.

## पुरस्कार आणि मान्यता
- १९३४ : सुवर्णपदक, बंगाल अखिल भारतीय संगीत परिषद, कोलकाता १९३४
- १९५८: संगीत नाटक अकादमी पुरस्कार
- १९५९: आशिया फिल्म सोसायटी पुरस्कार
- १९६४: संत हरिदास पुरस्कार

## राष्ट्रीय चित्रपट पुरस्कार
- १९७०: सर्वोत्कृष्ट पार्श्वगायकासाठी राष्ट्रीय चित्रपट पुरस्कार: आराधना: सफर होगी तेरी आराधना
- १९७४: सर्वोत्कृष्ट संगीत दिग्दर्शनासाठी राष्ट्रीय चित्रपट पुरस्कार: जिंदगी जिंदगी
- १९६९: पद्मश्री

# लोक संगीतावरील आंतरराष्ट्रीय ज्युरी

- २००७ एक टपाल तिकीट (मुख्य मूल्य रु 15) त्यांच्या स्मरणार्थ जारी
- फिल्मफेअर पुरस्कार
- १९५४: फिल्मफेअर सर्वोत्कृष्ट संगीत दिग्दर्शक पुरस्कार: टॅक्सी ड्रायव्हर
- १९७३: फिल्मफेअर सर्वोत्कृष्ट संगीत दिग्दर्शक पुरस्कार: अभिमान
- फिल्मफेअर सर्वोत्कृष्ट संगीत दिग्दर्शक पुरस्कार: नामांकन सुजाता (१९५९), गाईड (१९६५),आराधना (१९६९), तलाश (१९७०), प्रेम नगर (१९७४)

# माझी काही आवडती गाणी

- डॉ. विद्या (१९६२) - पवन दिवानी
- बम्बई का बाबू (१९६०) - दिवाना मस्ताना हुआ दिल
- आराधना (१९६९) - मेरे सपनो की रानी कब आयेगी तू
- जिद्दी (१९६४) - प्यार की मंझिल मस्त सफर
- तेरे घर के सामने (१९६३) - तेरे घर के सामने
  - दिल का भंवर करे पुकार
  - तू कहा ये बता
- बंदिनी (१९६३) - मोरा गोरा अंग लैले
  - ओ जानेवाले हो सके तो लौट के आना
- तीन देवीयां (१९६५) - लिखा है तेरी आँखों में
- गाईड (१९६५) - तेरे मेरे सपने अब एक रंग है

# २
# रोशन

❖✕❖

रोशन लाल नागरथ (१४ जुलै १९१७ - १६ नोव्हेंबर १९६७), हे रोशन या नावाने ओळखले जातात. ते भारतीय इसराज वादक आणि संगीत दिग्दर्शक होते. ते अभिनेता आणि चित्रपट दिग्दर्शक राकेश रोशन आणि संगीत दिग्दर्शक राजेश रोशन यांचे वडील आणि हृतिक रोशनचे आजोबा होते.

## प्रारंभिक जीवन आणि शिक्षण

रोशनचा जन्म गुजरांवाला, पंजाब, ब्रिटिश भारत (आता पाकिस्तानमधील पंजाबचा भाग) येथे झाला. त्यांनी लहान वयातच संगीताचे धडे गिरवले आणि नंतर पंडित एस एन रतनंजकर (संस्थेचे प्राचार्य) यांच्या प्रशिक्षणाखाली लखनौ येथील मॉरिस कॉलेज (आता भातखंडे संगीत संस्था) येथे शिक्षण घेतले. प्रख्यात सरोद वादक अल्लाउद्दीन खान यांच्या मार्गदर्शनाखाली रोशन एक निपुण सरोद वादक बनला. १९४० मध्ये, ऑल इंडिया रेडिओ दिल्लीचे कार्यक्रम निर्माता/ संगीत ख्वाजा खुर्शीद अन्वर यांनी रोशनला एसराज या वाद्यासाठी कर्मचारी कलाकार म्हणून नियुक्त केले. १९४८ मध्ये त्यांनी मुंबईत प्रसिद्धी आणि नशीब मिळवण्यासाठी ही नोकरी सोडली.

## फिल्मोग्राफी आणि लोकप्रिय गाणी

१९५० बावरे नैन - गीतकार - किदार शर्मा

रोशनचे पहिले यश मोठे हिट गाणे: "खयालों में किसी के इस तरह आया नहीं करते" हे मुकेश आणि गीता दत्त यांनी गायले आहे.

१९५१ मल्हार - "बडे अरमानों से रखा है बलम तेरी कसम"

१९५१ हम लोग - "बहे आखियों से धार, जिया मेरा बेकरार"

१९५२ नौबहार - "ऐरी में तौ प्रेम दिवानी मेरा दर्द ना जाने कोई"

१९५८ अजी बस शुक्रिया "सारी सारी रात तेरी याद सताये"

१९५९ मैने जीना सीख लिया - तेरे प्यार को इस तरह से भुलाना,ना दिल चाहता ना हम चाहते हैं

१९६० बरसात की रात -

त्याच्या कारकिर्दीतील सर्वाधिक हिट असलेला सर्वात मोठा संगीतमय चित्रपट. मोहम्मद रफी यांनी गायलेले "जिंदगी भर नहीं भुलेगी वो बरसात की रात"

१९६२ आरती - "आप ने याद दिलाया तो मुझे याद आया"

१९६३ दिल ही तो है - "लागा चुनरी में दाग"

१९६३ ताजमहाल – "जो वादा किया वो निभाना पडेगा" हे गाणे बिनाका मध्ये एकूण ३२ वेळा वाजले आणि त्याने एक प्रकारे रेकॉर्ड तयार केला. हे चित्रपटातील गाणेच नव्हे तर ताजमहाल हा १९६३ चा "सुपर हिट" चित्रपट होता.

आणि या नंतरच "बिनाका सरताज" ची पद्धत अमीन सयानी यांनी सुरु केली. कारण एकूण १६ प्रसिद्ध गाणी बिनाकामध्ये लागत असत. नवीन गाण्यांना पण वाव मिळावा म्हणून एखादे गाणे १६ वेळा वाजले की त्याला "बिनाका सरताज" हा सन्मान देऊन बिगुल वाजवून रिटायर करत असत.

१९६४ चित्रलेखा - भारतीय चित्रपट उद्योगातील व्यावसायिकांच्या ज्युरींनी निवडलेले शीर्ष क्रमांकाचे हिंदी गाणे चित्रलेखा (१९६४ चित्रपट) मधील रोशन यांनी संगीतबद्ध केलेले, रफीने गायलेले "मन रे तू काहे ना धीर धरे" हे होते.

१९६७ बहू बेगम - "हम इंतजार करेंगे तेरा कयामत तक"

लोकप्रिय चित्रपट कव्वाली

- ना तो कारवाँ की तलाश है - बरसात की रात (१९६०)
- ये इश्क इश्क है - बरसात की रात (१९६०)
- निगाहे मिलाने को जी चाहता है - दिल ही तो है (१९६३ चित्रपट)

कव्वाली ही रोशनची खासियत होती. त्यांच्या रचनेबद्दल त्यांचे सर्वत्र कौतुक झाले.

# मृत्यू आणि वारसा
रोशनला २० वर्षांहून अधिक काळ हृदयविकाराचा त्रास होत होता. एका सामाजिक मेळाव्यात जात असताना त्यांना अचानक हृदयविकाराचा झटका आला. आणि मुंबई, येथे १६ नोव्हेंबर १९६७ रोजी वयाच्या ५० व्या वर्षी हृदयविकाराच्या झटक्याने त्यांचे निधन झाले. त्यांच्या मागे ३ मुले आणि १ मुलगी आहेत.

# पुरस्कार
- ताजमहल (१९६३) चित्रपटासाठी फिल्मफेअर सर्वोत्कृष्ट संगीत दिग्दर्शक पुरस्कार
- त्यांची आवाज घुमणारी गाणी नक्कीच गाजायची.
- उदा. जो वादा किया वो निभाना पडेगा - ताज महल
- दिल जो न कह सका - भीगी रात

# ३
# नौशाद

नौशाद अली (२५ डिसेंबर १९१९ - ५ मे
२००६) हे हिंदी चित्रपटांसाठी भारतीय संगीत
दिग्दर्शक होते. त्यांना हिंदी चित्रपटसृष्टीतील
सर्वोत्कृष्ट संगीत दिग्दर्शकांपैकी एक
मानले जाते. त्यांनीच चित्रपटांमध्ये शास्त्रीय
संगीताचा वापर लोकप्रिय केला.

स्वतंत्र संगीत दिग्दर्शक म्हणून त्यांचा
पहिला चित्रपट १९४० मध्ये प्रेम नगर हा होता.
रतन (१९४४) हा त्यांचा पहिला संगीतदृष्ट्या
यशस्वी चित्रपट होता, त्यानंतर ३५ रौप्य

महोत्सवी हिट, १२ सुवर्ण महोत्सवी आणि ३ डायमंड ज्युबिली मेगा यश मिळाले.
नौशाद यांना हिंदी चित्रपट उद्योगातील योगदानाबद्दल अनुक्रमे १९८१ आणि १९९२
मध्ये दादासाहेब फाळके पुरस्कार आणि पद्मभूषण पुरस्काराने सन्मानित करण्यात
आले.

## प्रारंभिक जीवन आणि शिक्षण
नौशाद अली यांचा जन्म २५ डिसेंबर १९१९ रोजी लखनौ येथे झाला. त्यांचे वडील
वाहिद अली हे मुन्शी (कोर्ट क्लर्क) होते. लहानपणी नौशाद लखनौपासून २५ किमी
अंतरावर असलेल्या बाराबंकी येथील देवा शरीफ येथील वार्षिक जत्रेला भेट देत
असत, जिथे त्या काळातील सर्व महान कव्वाल आणि संगीतकार भक्तांसमोर
सादरीकरण करत असत. ते हार्मोनिअम दुरुस्तीचे काम करत असत.

एक मुलगा म्हणून, नौशाद एका कनिष्ठ थिएट्रिकल क्लबमध्ये सामील झाले.
लखनौच्या रॉयल थिएटरमध्ये ते मूकपट चालायचे. संध्याकाळी शो सुरू झाला की

ते पडद्यासमोर बसायचे आणि सीनसाठी संगीत वाजवायचे. एकाच वेळी मनोरंजन करण्याचा आणि संगीत शिकण्याचा हा एक उत्तम मार्ग होता. चित्रपटाच्या पार्श्वसंगीताची रचना करताना आवश्यक असलेल्या बारकाव्यांचे त्यांना आकलन झाले.

कालांतराने नौशादने स्वतःचे विंडसर म्युझिक एंटरटेनर्स तयार केले, त्याचे नाव कारण त्यांनी लखनौच्या आसपास "विंडसर" हा शब्द पाहिला होता. त्या प्रदेशात कंपनीच्या प्रवासादरम्यान पंजाब, राजस्थान, गुजरात आणि सौराष्ट्र येथील लोकपरंपरेतील दुर्मिळ संगीत निवडण्याची जाणीवही त्यांनी तेथे विकसित केली.

नौशाद आधीच मूक युगात सिनेमाचे चाहते बनले होते आणि त्यानंतर, १९३१ मध्ये भारतीय सिनेमाला आवाज आणि संगीत मिळाले ज्याने १३ वर्षांच्या मुलाला आणखी मोहित केले. परंतु त्यांचे कुटुंब संगीत निषिद्ध हुकूमाचे कठोर अनुयायी होते आणि त्यांच्या वडिलांनी त्यांना घरी राहायचे असल्यास संगीत सोडण्याचा अल्टिमेटम दिला. संगीतकार म्हणून नशीब आजमावण्यासाठी ते १९३७ च्या उत्तरार्धात मुंबईला पळून गेले.

## करिअर

मुंबईत, ते सुरुवातीला कुलाबा येथे लखनौ मधील एका ओळखीच्या व्यक्तीकडे राहिले आणि काही काळानंतर, ब्रॉडवे थिएटरच्या समोर दादरला राहावयास आले. त्याकाळी संगीत दिग्दर्शक उस्ताद झंडे खान यशाच्या शिखरावर होते. नौशादनी त्यांच्याकडे सहाय्यक म्हणून मासिक ४० रुपये पगारावर काम केले.

त्यानंतर त्यांनी एका चित्रपटात काम केले जिथे निर्माता रशियन होता आणि स्टुडिओ चेंबूर येथे होता. हा चित्रपट पूर्ण होऊ शकला नाही. नौशाद हे पियानो वादक होते म्हणून त्यांनी संगीतकार उस्ताद मुश्ताक हुसेन यांच्या ऑर्केस्ट्रामध्ये पियानोवादक म्हणून काम केले. संगीतकार खेमचंद प्रकाश यांनी त्यांना रणजीत स्टुडिओमध्ये ६० रुपये प्रति महिना पगारावर कांचन चित्रपटासाठी सहाय्यक म्हणून घेतले, आणि त्यामुळेच नौशाद यांनी आपल्या मुलाखतीमध्ये खेमचंद यांना आपले गुरू म्हटले.

त्यांचे मित्र, गीतकार डी.एन. मधोक यांनी नौशाद यांच्या संगीत तयार करण्याच्या असामान्य प्रतिभेवर विश्वास ठेवला आणि त्यांची विविध चित्रपट निर्मात्यांशी ओळख करून दिली. रणजीत स्टुडिओचे मालक चंदुलाल शाह यांनी नौशाद ना त्यांच्या आगामी चित्रपटासाठी साइन करण्याची ऑफर दिली. नौशाद यांनी या चित्रपटासाठी "बता दे कोई गली गये श्याम" ही ठुमरी रचली, पण हा चित्रपट प्रदर्शित झाला नाही.

नंतर मिर्झा साहिब (१९३९) या पंजाबी चित्रपटासाठी ते सहाय्यक संगीत दिग्दर्शक होते.

त्यांनी १९४० मध्ये प्रेम नगर या त्यांच्या पहिल्या स्वतंत्र चित्रपटासाठी रचना केली ज्यामध्ये कच्छमध्ये एक कथा मांडली होती ज्यासाठी त्यांनी त्या भागातील लोकसंगीतावर बरेच संशोधन केले. सोबत ए.आर. कारदार यांच्या 'नई दुनिया' (१९४२) या चित्रपटाने त्यांना "संगीत दिग्दर्शक" म्हणून पहिले श्रेय मिळाले आणि ते कारदार प्रॉडक्शनसाठी नियमितपणे काम करू लागले. मात्र कारदार प्रॉडक्शनच्या बाहेर काम करता येईल अशी लवचिकता त्यांच्याकडे होती आणि ही व्यवस्था त्यांच्या संपूर्ण कारकिर्दीत सुरू राहिली. त्याची प्रथम ए.आर. करदारचा चित्रपट शारदा (१९४२) ज्यामध्ये १३ वर्षांच्या सुरैयाने नायिका मेहताबसाठी पार्श्वगायनासाठी "पंछी जा" गाण्याद्वारे पदार्पण केले. रतन (१९४४) यांनीच नौशादला अगदी वरच्या स्थानावर नेले आणि त्या काळात त्यांना एका चित्रपटासाठी २५,००० रुपये मिळू लागले.

चित्रपट तज्ञ आणि लेखक राजेश सुब्रमण्यन यांचे मत आहे की कारदार प्रॉडक्शनने १९४४ मध्ये रतन तयार करण्यासाठी पंचाहत्तर हजार रुपये खर्च केले. नौशाद साहेबांचे संगीत इतके अभूतपूर्व हिट होते की पहिल्या वर्षी ग्रामोफोन विक्रीतून कंपनीला रॉयल्टी म्हणून ३ लाख रुपये मिळाले.

पण त्यांचे लखनौचे कुटुंब संगीताच्या विरोधात राहिले आणि नौशाद यांना त्यांनी संगीत दिले हे वास्तव त्यांच्या कुटुंबापासून लपवावे लागले. नौशादचे लग्न झाले तेव्हा बँड नौशादच्या 'रतन' चित्रपटातील सुपरहिट गाण्यांचे सूर वाजवत होता. नौशादचे वडील आणि सासरे ही गाणी रचणाऱ्या संगीतकाराला नावे ठेवत होते. पण नौशादने त्यांना हे सांगण्याचे धाडस केले नाही की त्यांनीच संगीत दिले होते.

१९४२ पासून ते १९६० च्या दशकाच्या उत्तरार्धापर्यंत, ते हिंदी चित्रपटांमधील सर्वोत्तम संगीत दिग्दर्शकांपैकी एक होते. त्यांनी त्यांच्या हयातीत ६५ चित्रपट केले.

नौशाद यांनी शकील बदायुनी, मजरूह सुलतानपुरी, डी.एन. मधोक, झिया सरहदी, खुमार बाराबंकवी यांच्यासह अनेक गीतकारांसोबत काम केले.

मदर इंडिया (१९५७), ज्यासाठी त्यांनी संगीत दिले होते, हा ऑस्कर पुरस्कारासाठी नामांकन मिळालेला पहिला भारतीय चित्रपट होता.

१९८१ मध्ये नौशाद यांना भारतीय चित्रपटसृष्टीतील त्यांच्या आजीवन योगदानाबद्दल दादासाहेब फाळके पुरस्काराने सन्मानित करण्यात आले.

त्यांनी वयाच्या ८६ व्या वर्षी ताजमहल: एन इटरनल लव्ह स्टोरी (२००५) चे सूर तयार केले.

त्याच्या सहाय्यकांमध्ये, मोहम्मद शफी, जेरी अमलदेव आणि गुलाम मोहम्मद (संगीतकार) ठळकपणे दिसतात.

पी. सुशीला आणि के. जे. येसुदास यांनी गायलेल्या 1988 मल्याळम चित्रपट ध्वनीसाठी नौशाद यांनी संगीतबद्ध केलेली गाणी ही सदाबहार सुपरहिट आहेत जी 3 दशकांनंतरही मल्याळी लोक वारंवार ऐकतात.

त्यांच्या जीवनावर आणि कार्यावर पाच चित्रपट बनले आहेत. शशिकांत किणीकर यांची दास्तान-ए-नौशाद (मराठी) ही चरित्रात्मक पुस्तके प्रकाशित झाली आहेत; आज गावत मन मेरा (गुजराती); शमा आणि सुषमा मासिकांमध्ये अनुक्रमे हिंदी आणि उर्दू चरित्रात्मक रेखाटन, "नौशाद की कहानी, नौशाद की जुबानी"; शेवटचा अनुवाद शशिकांत किणीकर यांनी मराठीत केला. किणीकर यांनी "नोट्स ऑफ नौशाद" नावाचे पुस्तक देखील आणले ज्यामध्ये नौशादच्या जीवनातील काही मनोरंजक किस्से एकत्र केले गेले.

नौशाद यांनी १९८८ मध्ये प्रसारित झालेल्या "अकबर द ग्रेट" या टीव्ही मालिकेसाठी पार्श्वसंगीत देखील तयार केले होते, ज्याचे दिग्दर्शन अकबर खान यांनी केले होते, ते हिंदी चित्रपट कलाकार संजय खान आणि फिरोज खान यांचे भाऊ होते. तसेच संजय खान आणि अकबर यांनी निर्मित आणि दिग्दर्शित द स्वॉर्ड ऑफ टिपू सुलतान १९९० मध्ये प्रसारित झाला आणि खूप लोकप्रिय झाला.

## मृत्यू आणि वारसा

नौशाद यांचे ५ मे २००६ रोजी मुंबईत वयाच्या ८६ व्या वर्षी हृदयविकाराच्या झटक्याने निधन झाले. त्यांना जुहू मुस्लिम दफनभूमीत पुरण्यात आले.

त्यांच्या पश्चात सहा मुली झुबेदा, फेहमिदा, फरीदा, सईदा, रशिदा आणि वहिदा आणि तीन मुले रेहमान नौशाद, राजू नौशाद आणि इक्बाल नौशाद असा परिवार आहे. रेहमान नौशाद यांनी त्यांच्या काही चित्रपटांमध्ये त्यांना सहाय्य केले. तसेच, नौशाद यांनी रहमान नौशाद, माय फ्रेंड (१९७४) आणि तेरी पायल मेरे गीत (१९८९) दिग्दर्शित दोन चित्रपटांसाठी संगीत दिले.

नौशाद यांनी महाराष्ट्र राज्य सरकारला हिंदुस्थानी संगीताच्या प्रसारासाठी एका संस्थेसाठी भूखंड मंजूर करण्याची विनंती केली होती. त्यांना त्यांच्या हयातीतच मंजुरी मिळाली आणि 'नौशाद अकादमी ऑफ हिंदुस्तानी संगीत' स्थापन झाली.

# संगीत शैली

नौशाद यांनी शास्त्रीय संगीत राग आणि लोकसंगीतावर आधारित आपल्या सुरांचा आधार घेत लोकप्रिय चित्रपट संगीताला एक नवीन ट्रेंड दिला. नौशाद हे चित्रपटातील गाण्यांसाठी शास्त्रीय संगीत परंपरेचे कुशल रुपांतर करण्यासाठी ओळखले जात होते. बैजू बावरा सारख्या काही चित्रपटांसाठी, त्यांनी शास्त्रीय रागातील सर्व गाण्यांची रचना केली आणि या चित्रपटासाठी सुप्रसिद्ध गायक अमीर खान यांना संगीत सल्लागार म्हणून नियुक्त केले. नौशाद सनई, मँडोलिन आणि एकॉर्डियनसह पाश्चात्य वाद्यांसह सहज काम करू शकत होते.

१९४० च्या दशकाच्या सुरुवातीच्या काळात, स्टुडिओमध्ये ध्वनी-प्रूफ (sound proof) रेकॉर्डिंग रूम नसल्यामुळे मध्यरात्रीनंतर शांत बागांमध्ये रेकॉर्डिंग केले जात असे.

त्यांनी अमीर खान आणि डी.व्ही. यांसारख्या प्रतिष्ठित शास्त्रीय कलाकारांचा देखील वापर केला. बैजू बावरा (१९५२) मध्ये पलुस्कर आणि मुघल-ए-आझम (१९६०) मध्ये बडे गुलाम अली खान. बैजू बावरा (१९५२) यांनी नौशाद यांची शास्त्रीय संगीतावरील पकड आणि ते लोकांपर्यंत पोहोचवण्याची त्यांची क्षमता दाखवून दिली, ज्यासाठी त्यांना १९५४ मध्ये पहिला फिल्मफेअर सर्वोत्कृष्ट संगीत दिग्दर्शक पुरस्कार मिळाला.

आन (१९५२) साठी १००-पीस ऑर्केस्ट्रा वापरणारे ते पहिले होते. भारतातील पाश्चात्य नोटेशन प्रणाली विकसित करणारे ते पहिले संगीतकार होते. 'आन' चित्रपटाच्या संगीताचे नोटेशन लंडनमध्ये पुस्तक स्वरूपात प्रकाशित झाले.

मुघल-ए-आझम (१९६०) ए मोहब्बत झिंदाबाद या गाण्यासाठी त्यांनी १०० लोकांचा कोरस वापरला. आणि नंतर इको इफेक्ट मिळविण्यासाठी संगीत रेकॉर्ड केले.

गंगा जमुना (१९६१) साठी त्यांनी शुद्ध भोजपुरी बोलीतील गीते वापरली.

मेरे मेहबूब (१९६३) च्या शीर्षक गीतात त्यांनी फक्त सहा वाद्ये वापरली.

२००४ मध्ये, क्लासिक मुघल-ए-आझम (१९६०) ची एक रंगीत आवृत्ती प्रसिद्ध झाली, ज्यासाठी नौशाद यांनी ऑर्केस्ट्रल संगीत विशेषत: आजच्या इंडस्ट्री संगीतकारांनी (डॉल्बी डिजिटलमध्ये) पुन्हा तयार केले होते, मूळचे सर्व एकल गायन सांभाळून साउंडट्रॅक विस्ताराने सांगायचे तर, चार दशकांपूर्वी रेकॉर्ड केलेले प्लेबॅक व्होकल्स (जरी कोरस नसले तरी) चालू शतकामध्ये तयार केलेल्या ऑर्केस्ट्रा ट्रॅकमध्ये मिसळलेले आहेत.

१९६० च्या उत्तरार्धात भारतीय चित्रपट संगीत हळूहळू पाश्चिमात्य संगीताकडे झुकू लागले. साहजिकच नौशाद हे जुन्या पद्धतीचे मानले जाऊ लागले. रॉक-अँड-रोल आणि डिस्को-इन्फ्लेक्टेड संगीत तयार करू शकणारे संगीतकार वाढत्या प्रमाणात लोकप्रिय होऊ लागले. नौशाद अजूनही एक उस्ताद म्हणून ओळखले जात होते, परंतु त्यांच्या कलागुणांचा शोध मुख्यतः ऐतिहासिक चित्रपटांसाठी होता जेथे पारंपारिक स्कोअर योग्य होते. नौशाद यांच्याबद्दल असे म्हणता येईल की तीस आणि चाळीसच्या दशकातील लोकप्रिय चित्रपट संगीताच्या सुरुवातीच्या काळात त्यांनी शास्त्रीय आणि लोकसंगीताची मानके प्रस्थापित केली. थोडक्यात त्यांनी काही मिनिटांच्या शॉर्ट फिल्म गाण्यात भारतीय संगीताचे सौंदर्य समोर आणले जे सोपे नव्हते. त्यांच्यानंतर आलेल्या संगीतकारांना त्यांच्या रचनांच्या या पैलूची प्रेरणा मिळाली.

## फिल्मोग्राफी

१९४१ - स्टेशन मास्तर १९४२ - शारदा, १९४३ - कानून, नमस्ते, संजोग

१९४४ - रतन, गीत, जीवन, पहले आप १९४५ - सन्यासी १९४६ - अनमोल घडी, कीमत, शाहजहान

१९४७ – दर्द, नाटक १९४८ - अनोखी अदा, मेला १९४९ – अंदाज, चांदनी रात, दिल्लगी, दुलारी

१९५० – बाबुल, दास्तान, १९५१ – दीदार, जादू, १९५२ – आन, बैजू बावरा, दीवाना,

१९५४ – अमर, शबाब १९५५ - उडन खटोला १९५७ - मदर इंडिया १९५८ - सोहनी महिवाल

१९६० – कोहिनूर, मुघल-ए-आझम १९६१ - गंगा जमुना, १९६२ - सन ऑफ इंडिया

१९६३ - मेरे मेहबूब १९६४ - लीडर १९६६ - दिल दिया दर्द लिया, साझ और आवाज

१९६७ – पालकी, राम और श्याम १९६८ – आदमी, साथी, संघर्ष १९७० - गँवार

१९७२ – पाकीझा – (गुलाम मोहम्मद यांचा दरम्यान मृत्यू झाल्यामुळे राहिलेले काम नौशाद यांनी पूर्ण केले),

टांगेवाला.

१९७४ - माय फ्रेंड १९७५ - सुनहरा संसार १९७७ - आईना १९७९ - चंबल की रानी

१९८२ - धरम कांटा १९८५ - पान खाये सैयां हमार १९८६ - लव्ह अँड गॉड

१९८८ - ध्वनी १९८९ - तेरी पायल मेरे गीत १९९० -आवाज दे कहा है १९९५ - गुड्

२००५ - ताजमहाल: ऐन इटरनल लव्ह स्टोरी

# पुरस्कार आणि ओळख

२०१३ च्या भारताच्या स्टॅम्पवर नौशाद

१९५४: फिल्मफेअर सर्वोत्कृष्ट संगीत दिग्दर्शक पुरस्कार - बैजू बावरा

१९६१: बंगाल फिल्म जर्नालिस्ट असोसिएशनचा 'गंगा जमुना' (१९६१) चित्रपटासाठी 'सर्वोत्कृष्ट संगीत दिग्दर्शक पुरस्कार'

१९८१: दादासाहेब फाळके पुरस्कार

१९८४: लता मंगेशकर पुरस्कार (मध्य प्रदेश राज्य सरकारचा पुरस्कार)

१९८७: अमीर खुसरो पुरस्कार

१९९०: द स्वॉर्ड ऑफ टिपू सुलतान टीव्ही मालिकेसाठी सर्वोत्कृष्ट संगीत

१९९२: संगीत नाटक अकादमी पुरस्कार

१९९२: भारतीय चित्रपटसृष्टीतील त्यांच्या आजीवन योगदानाबद्दल पद्मभूषण पुरस्कार

१९९३: उत्तर प्रदेश सरकारचा अवध रत्न पुरस्कार

१९९४: महाराष्ट्र गौरव पुरस्कार पुरस्कार

२०००: स्क्रीन लाइफटाइम अचिव्हमेंट अवॉर्ड

२००८: वांद्रे येथे असलेल्या कार्टर रोडचे त्यांच्या स्मरणार्थ संगीत सम्राट नौशाद अली मार्ग असे नामकरण करण्यात आले

# पदे भूषवली
सिने संगीत दिग्दर्शक संघटनेचे अध्यक्ष

इंडियन परफॉर्मिंग राइट्स सोसायटीचे अध्यक्ष

महाराष्ट्र राज्य अँग्लिंग असोसिएशनचे अध्यक्ष

आलम-ए-उर्दू कॉन्फरन्सचे अध्यक्ष (दिल्ली)

विशेष कार्यकारी दंडाधिकारी, मुंबई यांची पदवी

# ४

# SJ

माझे सगळ्यात आवडते संगीतकार शंकर जयकिशन.

शंकर जयकिशन यांची ओळख मला माझ्या काकांनी करून दिली.

१९६२ च्या डिसेंबर मध्ये आमच्या घरी रेडिओ आला.

आणि त्याच डिसेंबर मध्ये बिनाका गीतमालेच्या वार्षिक कार्यक्रमात जंगली चे "एहसान तेरा होगा मुझ पर" हे गाणं त्या वर्षीचं सगळ्यात लोकप्रिय गाणं पहिल्या नंबर वर आलं. माझ्या आनंदाला पारावार उरला नाही. कारण त्याला शंकर जयकिशनचं संगीत होतं. १९६३ मध्ये ताज महलचं गाणं पहिलं आलं पण त्याला रोशनच संगीत होतं.

एक दिल सौ अफसाने सिनेमा आल्यावर एका समीक्षकाने लिहिलं की शंकर जयकिशन ना काही नवीन संगीत देता येत नाही. त्यांनी एक दिल और सौ अफसाने या गाण्याला दिल अपना और प्रीत पराई चीच चाल दिली आहे आणि त्यांच्या पायाखालची वाळू सरकते आहे. पण ते किती चुकीचे होते ते नंतर लगेचच आलेल्या सिनेमांवरून दिसून आले.

पण १९६४ मध्ये शंकर जयकिशनचं संगीत असलेल्या सिनेमांचा महापूर आला. जिंदगी, बेटी बेटे, सांज और सवेरा. नंतर सर्वात कडी म्हणून संगम. मला आठवतं आमची ११ वी मॅट्रिक च्या परीक्षेचा शेवटचा पेपर होता.

तारीख होती १ एप्रिल. संध्याकाळी बिनाका मध्ये संगमचं पहिल्यांदा गाणं लागलं. गाणं होतं, दोस्त दोस्त ना रहा. त्या वर्षी वर्षभर रेडिओ सिलोनवर कोणताही कार्यक्रम असो, संगमचं त्यात एक तरी गाणं असायचंच.

पूर्ण वर्षभर संगमच्या गाण्यांनी धुमाकूळ घातला आणि शेवटी बोल राधा बोल हे गाणं पहिलं आलं.

त्या काळी राज कपूर चा सिनेमा, गीतकार - शैलेंद्र आणि हसरत जयपुरी आणि संगीत शंकर जयकिशन. ही टीम सिनेमाच्या यशाचा फॉर्मुला होता.

१९६४ मध्ये संगम नंतरही एकापेक्षा एक हिट सिनेमे आले. आई मिलन की बेला, राजकुमार, एप्रिल फूल, अपने हुए पराये. पुन्हा १९६६ मध्येही सुरजचं गाणं पहिलं आलं.

नंतरही चांगली गाणी आली.

आम्रपाली सिनेमाची गाणी चांगलीच गाजली. तसेच छोटीसी मुलाकात व हरे कांच की चुडियां ची गाणी पण चांगलीच होती.

छोटीसी मुलाकात प्यार बन गयी, (चित्रपट - छोटीसी मुलाकात)

हरे कांच की चुडियां (चित्रपट - हरे कांच की चुडियां)

१९७१ मध्ये अंदाज गाजला. तोच बहुधा शेवटचा गाजलेला सिनेमा होता. जयकिशन हे जग सोडून गेले आणि शंकर यांनी एकट्यानेच सगळी जबाबदारी स्वीकारली.

पण तरी दुर्दैवाने शंकर जयकिशन च्या संगीताची जादू संपत आली.

नंतरही ते संगीत देत राहिले. मला तीही गाणी आवडली पण त्यात पहिल्या सारखी मजा राहिली नाही.

त्यांच्या प्रत्येक सिनेमातील सगळी गाणी हिट असायची. एखादं गाणं जरी आवडलं नाही तरी आम्ही खूप शिव्या द्यायचो.

काही गाणी जरा वेगळी असायची ती पण फार आवडायची. नंतर कळलं की ती रागांवर आधारीत गाणी होती.

उदा. "ओ बसंती पवन पागल, ना जा रे ना जा, रोको कोई" – चित्रपट: जिस देशमें गंगा बहती हैं

राधिके तुने बंसरी चुरायी - चित्रपट: बेटी बेटे

रसिक बलमा हाये दिल क्यूँ लगाया तोसे दिल क्यूँ लगाया - चित्रपट: चोरी चोरी

बहारों फूल बरसाओ - चित्रपट: सूरज

काही गाण्यांच्या चाली त्यांनी परदेशी गाण्यांवरून घेतल्या होत्या हेही काही दिवसांनी कळलं पण तरी ती गाणी ही आवडली.

उदा. देखो अब तो किसी को नहीं है खबर - चित्रपट: जानवर

इंग्लिश गाणं Beatles - I want to hold your hand

उदा. कौन है जो सपनो मे आया - झुक गया आसमान

Here Comes Mr. Jordan (1941) Elvis presley title track -marguerita

सुरज ह्या नावाने पण त्यांनी संगीत दिले. स्ट्रीट सिंगर (हिंदी १९६६) आणि ती मी नव्हेच (मराठी १९७०) चित्रपट. त्यातच शारदा नावाच्या गायिकेला पण पुढे आणायचा प्रयत्न केला. पण त्यात फारसे यश मिळाले नाही असे दिसते. शारदा ची सुरज ह्या चित्रपटातील गाणी चांगली होती. तित्तली उडी, उड जो चली; आणि देखो मेरा दिल मचल गया.

पण शारदा ही लता मंगेशकर यांची जागा घेऊ शकली नाही. शंकर जयकिशन चा हा प्रयोग फसला असेच दुर्दैवाने म्हणावे लागेल.

# माझी काही आवडती गाणी -

१.  दिल एक मंदिर है - दिल एक मंदिर

२.  ये मेरा प्रेमपत्र पढकर - संगम

३.  तेरा मेरा प्यार अमर - असली नकली

४.  खुली पलक मे झुटा गुस्सा - प्रोफेसर

५.  एहसान तेरा होगा मुझ पर – जंगली

६.  मेरा नाम राजू - जिस देश मे गंगा बहेती है

७.  आ अब लौट चले - जिस देश मे गंगा बहेती है

८.  जाने कहाँ गये वो दिन - मेरा नाम जोकर

९.  आजा आयी बहार, दिल है बेकरार - राजकुमार

१०. तेरी प्यारी प्यारी सुरत को - ससुराल

११. तेरा जाना दिल के अरमानों का लुट जाना – अनाडी

१२. मुझको अपने गले लगा लो, ए मेरे हमराही - हमराही

शंकर जयकिशन (ज्यांना S-J म्हणूनही ओळखले जाते), हे हिंदी चित्रपट उद्योगातील लोकप्रिय आणि यशस्वी भारतीय संगीतकार जोडी होते, त्यांनी १९४९ ते १९७१ पर्यंत एकत्र काम केले होते. ते हिंदी चित्रपट उद्योगातील सर्वोत्कृष्ट संगीतकार मानले जातात. नंतर, शंकर एकटे संगीत दिग्दर्शक म्हणून काम करत राहिले, तरीही त्यांनी शंकर-जयकिशन या बॅनरखाली १९८६ पर्यंत संगीत दिले.

नंतर शंकर सुद्धा १९८७ मध्ये गेले आणि दुर्दैवाने शंकर जयकिशन यांचे युग समाप्त झाले.

## शंकर

पूर्ण नाव - शंकर सिंह रामसिंग

जन्म १५ ऑक्टोबर १९२२

हैदराबाद डेक्कन, सध्याचे तेलंगणा राज्य

मृत्यू २६ एप्रिल १९८७ (वय ६४)

मुंबई,

## सक्रिय वर्षे १९४९-१९८७

शंकर सिंग, रामसिंग रघुवंशी, हे हैदराबादचे होते. त्यांच्या सुरुवातीच्या काळात शंकर यांनी तबला वाजवला आणि बाबा नसीर खानसाहेबांकडून ही कला औपचारिकपणे शिकली. अनेक वर्षे शंकर यांनी दिग्गज संगीतकार ख्वाजा खुर्शीद अन्वर यांचे शिष्य म्हणून अभ्यास केला, ज्यांच्या वाद्यवृंदात त्यांनी सादरीकरण केले. शंकर यांनी पृथ्वी थिएटरमध्ये जाण्यापूर्वी सत्यनारायण आणि हेमावती यांनी चालवल्या जाणार्‍या थिएटर ग्रुपमधून त्यांची कारकीर्द सुरू केली, जिथे त्यांनी तबला वाजवला आणि नाटकांमध्ये काही छोट्या भूमिका केल्या. पृथ्वी थिएटरमध्येच त्यांनी सतार, एकॉर्डियन आणि पियानो इत्यादी अनेक वाद्ये वाजवायला शिकले आणि त्यात प्रभुत्व मिळवले. पृथ्वी थिएटरमध्ये काम करण्याबरोबरच, त्यांनी हुस्नलाल भगतराम या आघाडीच्या संगीतकार जोडीचे सहाय्यक म्हणून काम करण्यास सुरुवात केली आणि स्वतंत्र संगीत दिग्दर्शक बनण्याची महत्त्वाकांक्षा जोपासली.

# जयकिशन

पूर्ण नाव जयकिशन दयाभाई पांचाळ

जन्म ४ नोव्हेंबर १९२९

वांसदा, गुजरात,

मृत्यू १२ सप्टेंबर १९७१ (वय ४१)

मुंबई,

जयकिशन दयाभाई पांचाळ यांचा जन्म दयाभाई पांचाळ आणि त्यांच्या पत्नीच्या पोटी झाला. लहानपणी ते सध्याच्या गुजरात राज्यातील बांसडा (वानसाडा) या गावात राहत होते. जयकिशन हार्मोनियम वाजवण्यात पटाईत होता. त्यानंतर त्यांनी संगीत विशारद वाडीलालजी आणि नंतर प्रेम शंकर नायक यांच्याकडून संगीताचे धडे घेतले. मुंबईत गेल्यावर ते विनायक तांबे यांचे शिष्य झाले.

## संगीतकार जोडीची निर्मिती

पृथ्वी थिएटरमध्ये काम करण्याव्यतिरिक्त, शंकर वारंवार गुजराती दिग्दर्शक चंद्रवदन भट्ट यांच्या कार्यालयात जात असे, ज्यांनी शंकरला चित्रपटाची निर्मिती करताना संगीत दिग्दर्शक म्हणून ब्रेक देण्याचे वचन दिले होते. भट्ट यांच्या कार्यालयाबाहेरच शंकर यांनी जयकिशनना अनेकदा पाहिले. एके दिवशी, त्यांनी संभाषण सुरू केले आणि त्यांना कळले की जयकिशन हा हार्मोनियम वादक आहे आणि तो त्याच निर्मात्याकडे कामाच्या शोधात जात होता. शंकरना नंतर आठवले की त्यांच्यात एकमेकांबद्दल आवड निर्माण झाली होती आणि त्यांनीच जयकिशनना पृथ्वी थिएटरमध्ये हार्मोनियम वादकाची नोकरी देण्याचे आश्वासन दिले होते (पृथ्वीराज कपूरला न विचारता, ज्यांना प्रेमाने 'पापाजी' म्हणून संबोधले जाते). पापाजींनी शंकरच्या निवडीचा सन्मान केला आणि जयकिशनला पृथ्वीवर हार्मोनियम वादक म्हणून आनंदाने स्वीकारले. लवकरच, त्या दोघांमध्ये इतकी घनिष्ठ मैत्री निर्माण झाली की लोक त्यांना 'राम-लक्ष्मण की जोडी' आणि अनेक समान अर्थ असलेल्या टोपणनावांनी संबोधू लागले. त्यांच्या संगीताचा अवलंब करण्याबरोबरच ते प्रसिद्ध नाटक "पठाण" यासह विविध नाटकांमध्येही महत्त्वपूर्ण भूमिका साकारत असत.

पृथ्वी थिएटरमध्ये काम करत असताना, शंकर आणि जयकिशन ट्यून तयार करायचे आणि राज कपूर यांच्या संपर्कात होते, जे प्रसिद्ध दिग्दर्शक किदार शर्माचे सहाय्यक म्हणून काम करत होते आणि अभिनेता/दिग्दर्शक बनण्याची आकांक्षा बाळगत होते. अशा प्रकारे तिघांची पृथ्वी थिएटरमध्ये भेट झाली.

## बरसात: पहिला ब्रेक

राज कपूर यांनी १९४८ मध्ये आग या चित्रपटाद्वारे दिग्दर्शक म्हणून पदार्पण केले. त्याचे संगीत दिग्दर्शक राम गांगुली यांना शंकर आणि जयकिशन यांनी सहाय्य केले होते. तथापि, त्यांच्या बरसात या नवीन उपक्रमासाठी एका गाण्याच्या रेकॉर्डिंग दरम्यान, राज कपूरचे राम गांगुली यांच्याशी काही गंभीर मतभेद झाले आणि त्यांनी शंकरला संगीत सोपवण्याचा निर्णय घेतला ज्याने जयकिशनला आपला भागीदार म्हणून घेण्याचा आग्रह धरला. अशा प्रकारे 'शंकर-जयकिशन' नावाची संगीत दिग्दर्शकांची नवीन जोडी अस्तित्वात आली ज्यांनी चित्रपटाला संगीत दिले.

राज कपूर यांनी संगीतकार शंकर आणि जयकिशन आणि गीतकार शैलेंद्र आणि हसरत जयपुरी (माजी बस कंडक्टर) यांची एक नवीन टीम घेतली. शंकरच्या सांगण्यावरून, त्यांनी आगामी गायन प्रतिभा लता मंगेशकर यांची निवड केली आणि बरसातच्या गाण्यांसाठी मुकेशला राज कपूरचा आवाज म्हणून पुनरावृत्ती केली.

या चित्रपटाला हिंदी चित्रपटसृष्टीतील दोन पहिली गाणी - एक शीर्षक गीत ("बरसात में हमसे मिले") आणि एक कॅबरे ("पतली कमर है") सादर करण्याचा मानही मिळाला होता, ही शैलेंद्र यांनी लिहिलेली पहिली दोन गाणी होती.

१९४९-१९५९ दरम्यान सुरुवातीची कामे

दोघांची ओळख 'एस-जे' या संक्षेपाने झाली.

ह्या जोडीने संगीत दिलेल्या चित्रपटांमध्ये बरसात, आवारा, बादल (१९५१), पूनम (१९५२), नगीना, औरत, परबत, काली घटा, आह, पतिता, शिकस्त, बादशाह, मयूरपंख, नया घर, सीमा, श्री ४२०, बसंत बहार, यांचा समावेश आहे. ही यादी पुढे वाढतच जाते. हलाकू, राजहठ, नवी दिल्ली, कठपुतली, अनारी, चोरी चोरी, दाग, बेगुनाह, यहुदी, मैं नशे में हूं, कन्हैया, बूट पॉलिश, छोटी बहन, शरारत, प्रेम विवाह, उजाला.

# संगीत सहयोगी

S-J ने गीतकार शैलेंद्र आणि हसरत जयपुरी आणि गायक मोहम्मद रफी, लता मंगेशकर आणि आशा भोसले यांच्यासोबत एक मुख्य टीम तयार केली. एसजेचे आणखी दोन आजीवन साथीदार होते ज्यांनी त्यांचे सहाय्यक म्हणून काम केले: दत्ताराम वाडकर आणि सेबॅस्टियन डिसोझा, त्यांच्या ताल विभागाचे पर्यवेक्षण करणारे आणि नंतरचे सर्व एसजे रचनांसाठी संगीतात्मक नोटेशन्स आणि नंतर SJ च्या रचना आणि निर्देशांनुसार भव्य एसजे ऑर्केस्ट्राच्या सर्व संगीतकारांची तालीम. SJ ने प्रचंड प्रतिभावान गायक मन्ना डे यांच्याही आवाजाचा चांगला वापर केला. मन्ना डे यांनी त्यांच्यासोबत त्यांची सर्वोत्कृष्ट गाणी गायली आणि राज कपूरसाठी प्लेबॅक म्हणून मुकेशचा रेशमी आवाज वापरला. दिग्दर्शकांपैकी, त्यांनी राज कपूर यांच्यासोबत सर्वात जास्त काम केले आणि त्यांच्या दिग्गज बॅनर आरके फिल्म्सचे किंगपिन मानले गेले.

नौशाद, सी रामचंद्र, रोशन, एसडी बर्मन, ओपी नय्यर, सलील चौधरी आणि मदन मोहन यांसारख्या दिग्गजांकडून खडतर स्पर्धा असूनही त्यांनी बॉलीवूड संगीताचे नेतृत्व केले आणि अत्यंत प्रतिभावान संगीत दिग्दर्शकांच्या श्रेणीतही ते अव्वल राहिले!

S-J ने त्यांच्या काळातील जवळपास सर्व गायकांसोबत काम केले. त्यांचे या सर्वांशी चांगले संबंध होते आणि प्रत्येकाकडून उत्तमोत्तम मिळवण्यात ते माहिर होते. हसरत जयपुरी आणि शैलेंद्र गीतकार म्हणून ते एक संघ म्हणून स्थिर होते; पण शैलेंद्र यांच्या निधनानंतर त्यांनी इंदिवर, गुलशन बावरा, गोपालदास नीरज, वर्मा मलिक, मजरूह सुलतानपुरी, विठ्ठल भाई पटेल आणि राजिंदर कृष्णन यांसारख्या अनेक गीतकारांसोबत काम केले.

एस-जे हे आरके फिल्म्सचे "हाऊस कंपोझर्स" होते आणि शेवटपर्यंत त्यांच्या पे-रोलवर होते. राज कपूर एक म्युझिक बँक सांभाळत असत जिथे त्यांनी S-J च्या रचना संग्रहित केल्या होत्या. लक्ष्मीकांत-प्यारेलाल (बॉबी, सत्यम शिवम सुंदरम, प्रेम रोग) आणि रवींद्र जैन (राम तेरी गंगा मैली) यांना अधिकृतपणे श्रेय देण्यात आले असले तरी त्याच्या सर्व चित्रपटांसाठी आधीच्या रचना (त्याच्या ताब्यात होत्या). S-J ने शम्मी कपूर, राजेंद्र कुमार, देव आनंद, सुनील दत्त, किशोर कुमार, मनोज कुमार, बिस्वजीत, जॉय मुखर्जी, धर्मेंद्र आणि मनोज कुमार यांसारख्या इतर स्टार्ससोबत देखील काम केले. त्यांच्या बाजूला एस-जे कॉम्बोने मोहम्मद रफी आणि दुसरे मुकेश यांच्यासोबत काम केले आणि अनेक हिट आणि अतुलनीय रत्ने निर्माण केली. मोहम्मद रफी हे त्यांच्या काळातील इतर पार्श्वगायकांसोबत चांगली प्रतिष्ठा असूनही त्यांचे आवडते गायक होते.

## वलसाड, गुजरात (जयकिशनचे मूळ गाव) जवळ वांसदा येथे जयकिशनचा पुतळा.

शंकर-जयकिशन यांनी त्यांच्या संपूर्ण कारकिर्दीत भारतीय शास्त्रीय संगीताचा प्रसार करण्यात महत्त्वपूर्ण योगदान दिले. अर्ध-शास्त्रीय शैलीवर आधारित चित्रपटात किमान एक गाणे असणे ही त्यांची प्रस्थापित पद्धत होती. यामध्ये 'झनक-झनक तोरी बाजे पायलिया' (मेरे हुजूर), 'छम छम बाजे रे पायलिया' (जाने-अंजाने), 'राधिके तुने बंसरी चुराई' (बेटी बेटे), 'मनमोहना बडे झुठे' ('सीमा') या गाण्यांचा समावेश होता., 'कोई मतवाला आया मेरे द्वारे ' (लव्ह इन टोकियो), 'अजहू ना आये बालमा, सावन बीता जाये' (सांझ और सवेरा), 'लपक झपक तू आ रे बदरवा' (बूट पॉलिश), 'ये बरखा बहार सौतनिया के द्वार' (मयूर पंख), 'रे मन सूर में गा' (लाल पत्थर), 'सूनी जल्दी सांस के सितार पर' (लाल पत्थर), 'काटे ना कटे रैना' (मेरा नाम जोकर), होने लगी है रात जवान (नैना) इ. 'बसंत बहार' आणि आम्रपाली या गाण्यांमध्ये त्यांचे संगीत भारतीय

शास्त्रीय संगीतावर आधारित होते. जरी एसजेने त्यांच्या रचनांमध्ये विविध रागांचा वापर केला, तरी "राग भैरवी" हा त्यांचा नेहमीच आवडता राहिला.

शंकर जयकिशन यांनी अनेक गाण्यांमध्ये पाश्चिमात्य शास्त्रीय-आधारित वॉल्ट्ज ताल देखील वापरला.

शंकर-जयकिशनने दुःखी गाण्यांच्या प्रकाराला वेगवान टेम्पोवर संगीतबद्ध करून एक नवीन शैली आणि अर्थ दिला. "जिंदगी में हरदम रोता ही रहा" (बरसात), "तेरा जाना दिल के अरमानों" (अनाडी), "है तू ही गया मोहे भूल रे" (कठपुतली), " ऐ मेरे दिल कही और चल' (दाग) सारखी गाणी आणि " अंधे जहाँ के अंधे रास्ते " (पतिता) ने हे दाखवून दिले.

दोघांमध्ये शंकर हा ज्येष्ठ साथीदार होता आणि त्यामुळे तो सहसा जयकिशनच्या गाण्यांसाठी ऑर्केस्ट्राची व्यवस्था करत असे. मास्टर होते, रोमँटिक गाण्यांव्यतिरिक्त (त्याला या शैलीतील सर्वोत्कृष्ट मानले जाते) आणि सोप्या, आकर्षक रचना ज्या झटपट हिट झाल्या ("एहसान मेरे दिल पे" हे अशा गाण्यांचे वैशिष्ट्यपूर्ण उदाहरण आहे). तथापि, साधे सूर तयार करण्याच्या पैलूत शंकर पण कमी नव्हता: "मेरा जूता है जपानी" (श्री ४२०) हे या शैलीचे सर्वोत्तम उदाहरण आहे.

S-J चे दोन चित्रपट, उदा., संगम (१९६४) आणि मेरा नाम जोकर (१९७१) हे आजपर्यंतच्या हिंदी चित्रपटांमधील काही सर्वोत्कृष्ट पार्श्वसंगीत असलेले चित्रपट म्हणून ओळखले जातात. शंकर आणि जयकिशन हे दोघेही पाश्चात्य संगीतावर आधारित चाली लावण्यात तितकेच प्रवीण होते.शंकर जयकिशन यांनी भारतातील जॅझ संगीत आणि इंडो जॅझ या नवीन शैलीच्या विकासासाठी मोठे योगदान दिले. त्यांचा १९६८ चा अल्बम रागा-जॅझ स्टाइल हा भारतातील सर्वात जुना इंडो-जॅझ रेकॉर्डिंग आहे. या अल्बममध्ये, सर्वात नाविन्यपूर्ण मानला जातो, SJ ने सॅक्सोफोन, ट्रम्पेट, सितार, तबला, बास इत्यादीसह भारतीय रागांवर आधारित ११ गाणी तयार केली.

त्यांच्या कारकिर्दीत S-J ने नऊ वेळा फिल्मफेअर सर्वोत्कृष्ट संगीत दिग्दर्शक पुरस्कार जिंकला. शेवटचे तीन पुरस्कार सलग तीन वर्षात जिंकले गेले, ज्यामुळे या पुरस्कारांची हॅटट्रिक करणारा S-J हा पहिला संगीतकार बनला.

हिंदी चित्रपट संगीतावरील काउंटडाउन रेडिओ कार्यक्रम बिनाका गीतमालामध्ये S-J देखील अव्वल ठरला, जिथे त्यांच्या रचनांना सहा वेळा सर्वाधिक लोकप्रिय घोषित करण्यात आले (नंतर लक्ष्मीकांत प्यारेलाल यांनी केलेल्या विक्रमाची बरोबरी). ही गाणी १९५५ मधील "मेरा जुता है जपानी" (श्री ४२०), १९६१ मधील "तेरी प्यारी प्यारी सूरत को" (ससुराल), १९६२ मधील "एहसान तेरा होगा मुझ पर" (जंगली), १९६४ मधील "बोल राधा बोल" (संगम), १९६६ मध्ये "बहारों फूल बरसाओ" (सूरज), आणि १९७१ मधील "जिंदगी एक सफर है सुहाना" (अंदाज). १९५९ मध्ये, वर्षातील टॉप टेन गाण्यांपैकी सात गाणी एस-जे यांनी रचली होती, हा एक प्रकारचा रेकॉर्ड आहे.

## सरकारी मान्यता

- १९६८ - शंकर-जयकिशन यांना भारत सरकारने पद्मश्री देऊन सन्मानित केले.
- २०१३ - ३ मे २०१३ रोजी त्यांच्या सन्मानार्थ इंडिया पोस्टने त्यांचा चेहरा असलेले टपाल तिकीट जारी केले.

S-J ला हिंदी चित्रपटसृष्टीत अतुलनीय स्थान लाभले. त्यांच्या उत्कर्षाच्या काळात आणि त्यांच्या कारकिर्दीच्या उत्तरार्धातही ते इंडस्ट्रीतील सर्वाधिक मानधन घेणारे संगीत दिग्दर्शक होते. अपवाद वगळता, त्यांना आघाडीच्या अभिनेत्यांपेक्षा जास्त मोबदला दिला जात होता आणि त्यांच्या चित्रपटांच्या जाहिरातीत त्यांना सर्वात जास्त महत्व दिले जात असे.

## जयकिशनचा मृत्यू आणि जयकिशननंतरचा काळ एस.जे

"काय सांगू...माझा आयुष्यातील संगीताचा जोडीदार निघून गेला, अजून काही सांगण्यासारखे माझ्याकडे काय उरले आहे, एवढ्या लहान वयात तो आम्हा सर्वांना सोडून जाईल, असे मला वाटले नव्हते; असो त्याचे चांगले गुण जपण्याचे सद्भावना, प्रेम करणे हे त्याच्यामध्ये जन्मजात होते. आणि माझ्यातही ते नाही. तो मला नेहमी माझ्या खोडकर वगैरे जन्मजात गुणांची आठवण करून देत असे. आणि तत्काळ......"

अमीन सयानीला दिलेल्या मुलाखतीत जयकिशनच्या मृत्यूवर शंकर.

१२ सप्टेंबर १९७१ रोजी यकृताच्या सिरोसिसमुळे जयकिशनचा मृत्यू झाला, जो अल्कोहोलच्या अतिसेवनामुळे होतो. त्यांच्या मृत्यूच्या वेळी, या जोडीला अतुलनीय लोकप्रियता लाभली जी त्यांच्या अंत्ययात्रेत मोठ्या संख्येने उपस्थित राहून अधोरेखित झाली. गेलॉर्ड, चर्चगेट (मुंबई) येथील रेस्टॉरंट जेथे जयकिशन नियमितपणे जायचे, तेथे त्यांच्या मृत्यूनंतर त्यांच्या आवडत्या टेबलवर ते आरक्षित ठेऊन एक महिना मेणबत्ती लावून शोक व्यक्त केला.

जयकिशनच्या मृत्यूनंतर, शंकर एकट्या शंकर-जयकिशनच्या बॅनरसह पुढे गेले (त्यांच्या हयातीत झालेल्या परस्पर सामंजस्यानुसार त्यांच्यापैकी कोणाचाही मृत्यू झाल्यास, हयात असलेला जोडीदार त्याच नावाने काम करत राहील).

## शंकर यांचा मृत्यू

शंकर १९८७ मध्ये मरण पावले. त्यांच्या मृत्यूला नाममात्र मीडिया कव्हरेज मिळाले आणि त्यांच्या अंत्यसंस्काराला फक्त त्यांचे कुटुंब आणि काही मित्र उपस्थित होते. त्यांच्या अंत्यसंस्कारात चित्रपटसृष्टीचे फारसे प्रतिनिधित्व केले गेले नाही.

राज कपूर यांनी नंतर एका दूरचित्रवाणी मुलाखतीत त्यांच्या सर्वोत्तम काळातल्या सहकाऱ्याला श्रद्धांजली वाहिली. तथापि, १९८८ मध्ये राज कपूरच्या स्वतःच्या मृत्यूनंतरच शंकर जयकिशन यांच्यासोबतच्या त्यांच्या सहवासाचे महत्त्व विस्ताराने समोर आले.

चर्चगेट, मुंबई येथील प्रमुख क्रॉसरोड जंक्शनला शंकर-जयकिशन यांचे नाव देण्यात आले आहे.

१९४५ मध्ये जेव्हा शंकरजी गुरु कृष्णकुट्टी आणि नृत्यांगना हेमावती यांच्या नृत्यनाट्य पथकासह मुंबईत आले तेव्हा चंद्रकांत भोसले यांनी शंकरजींना प्रथम पाहिले, कारण शंकर त्यांच्या मित्रांमध्ये प्रसिद्ध होते. भोसले हे 'तबला' वादक होते आणि त्यांचा शंकरजींशी जवळचा संबंध होता. १९४५ पासून ते शंकरजींच्या मृत्यूपर्यंत ते शंकरजींच्या ऑर्केस्ट्रामध्ये 'रिदम' वाजवत असत. शंकरजींच्या मृत्यूच्या एक रात्र आधी, म्हणजेच २५ एप्रिल १९८७ रोजी शंकरजींनी भोसले यांना चर्नी रोड रेल्वे स्थानकाजवळ सोडले आणि ते त्यांच्या चर्चगेट येथील निवासस्थानी गेले. २६ एप्रिल रोजी भोसले नेहमीप्रमाणे सकाळी १० वाजता शंकरजींना स्टुडिओत घेऊन जाण्यासाठी त्यांची वाट पाहत होते, पण शंकरजी आले नाहीत म्हणून भोसले टॅक्सीने स्टुडिओत गेले. सर्व संगीतकारांनी दिवसभर शंकरजींची स्टुडिओत वाट पाहिली पण ते आले नाहीत. दुसऱ्या दिवशी भोसले यांनी शंकरजींच्या मृत्यूची बातमी वाचली. दुर्दैवाने, शंकरजी ज्या कुटुंबीयांसोबत राहत होते त्यांनी भोसले, राज कपूर किंवा चित्रपटसृष्टीतील कोणालाही शंकरजींच्या मृत्यूची माहिती दिली नाही.

श्री गोखले होते, जे शंकरजींच्या घरी एकेकाळी स्वयंपाकी होते, ते नंतर ठाकूरद्वार, मुंबई येथील गोरा राम मंदिरात पुजारी बनले, त्यांनी लोकांना कळवले की शंकरजींच्या मृत्यूच्या दिवशी इतरांच्या नकळत घाईघाईने त्यांच्यावर अंत्यसंस्कार करण्यात आले.

## उपलब्धी

- त्यांचे नियमित गीतकार शैलेंद्र, हसरत जयपुरी होते. त्यांच्यासाठी त्यांनी जास्तीत जास्त गाणी लिहिली.
- त्यांनी आनंद बक्षी, इंदीवर, नीरज, अंजान यांसारख्या गीतकारांसोबतही काम केले.
- ते राज कपूरच्या बॅनर, आरके फिल्म्ससाठी त्यांच्या कारकिर्दीच्या सुरुवातीपासून ते १९७१ पर्यंत (जयकिशनच्या मृत्यूपर्यंत) नियमित संगीतकार होते.
- त्यांनी पौर्णिमा, शारदा यांसारख्या नवीन गायकांना प्रोत्साहन दिले.
- प्लॅनेट बॉलीवुडने त्यांच्या "१०० ग्रेटेस्ट बॉलीवूड साउंडट्रॅक" वर बरसातला आतापर्यंतचा सर्वोत्कृष्ट साउंडट्रॅक म्हणून रेट केले आहे. यादीतील इतर साउंडट्रॅक आवारा (३), संगम (८), श्री ४२० (१५) जंगली (१८), चोरी चोरी (१९), मेरा नाम जोकर (४८), सूरज (८६), जिस देश में गंगा बहती है (८८), अनाडी (९२) यांचा समावेश आहे.

लेख टंडन यांच्याकडे "प्रोफेसर" या चित्रपटाची कथा होती आणि त्यांना ते दिग्दर्शित करायचे होते.

ही कथा चित्रपटासाठी योग्य आहे असे कोणालाच वाटले नसल्यामुळे चित्रपटाला वित्तपुरवठा करण्यास कोणीही तयार नव्हते.

सुदैवाने लेख टंडन हे एफ सी मेहरा यांच्या कार्यालयाबाहेर थांबले होते. त्याच इमारतीत त्यांच्या स्टुडिओतून खाली येत असलेल्या एसजेला भेटले. एसजे लेख टंडनला ओळखत होते. जेव्हा त्यांना समजले की तो आपला पहिला चित्रपट दिग्दर्शित करत आहे, तेव्हा ते म्हणाले की तुमच्या चित्रपटाच्या संगीताची जबाबदारी आमची असेल. हे सर्वजण एफ सी मेहरा यांच्याकडे गेले. जेव्हा एफ सी मेहराला कळले की एसजे संगीत दिग्दर्शक असतील, तेव्हा त्यांनी ताबडतोब एसजेला ॲडव्हान्स म्हणून ५,०००/- रुपये दिले. एसजेने लेख टंडनला गाणी निवडण्यासाठी दुसऱ्या दिवशी त्यांच्या कार्यालयात जाण्यास सांगितले. दुसऱ्या दिवशी जेव्हा तो एसजेला भेटला तेव्हा लेख टंडनने एसजेला विचारले की, तुम्ही चित्रपटाची कथा माहित नसताना गाणी कशी देत आहात? त्यांनी त्याला त्याच्या कथेला साजेशी गाणी निवडायला सांगितली. त्यात १८ गाणी होती आणि त्यापैकी ५ गाणी त्यांनी निवडली. त्याला अजून दोन हवी होती. जयकिशनने त्याला दुसऱ्या दिवशी आपल्या राहत्या घरी येण्यास सांगितले. तिथे त्यांनी उरलेली दोन गाणी दिली. त्यातील एक होते "आवाज दे के हम तुम बुलाओ". जयकिशनने त्याला सांगितले की जोपर्यंत संगीत आहे तोपर्यंत हे गाणे राहील. अशा रीतीने लेख टंडन यांचा पहिला चित्रपट "प्रोफेसर" हिट झाला.

# ५

# ओ.पी. नय्यर

ओंकार प्रसाद नय्यर (१६ जानेवारी १९२६ - २८ जानेवारी २००७) हे भारतीय चित्रपट संगीतकार, गायक-गीतकार, संगीत निर्माता आणि संगीतकार होते. ते हिंदी चित्रपट उद्योगातील सर्वात लयबद्ध आणि मधुर संगीत दिग्दर्शकांपैकी एक मानले जातात. त्यांना १९५८ मध्ये नया दौरसाठी सर्वोत्कृष्ट संगीत दिग्दर्शकाचा फिल्मफेअर पुरस्कार मिळाला. नय्यर यांनी गायिका गीता दत्त, आशा भोसले आणि मोहम्मद रफी यांच्यासोबत मोठ्या प्रमाणावर काम केले, पण आघाडीच्या बॉलिवूड महिला गायिका लता मंगेशकर यांच्यासोबत नाही.

मी यांची गणना हट्टी संगीतकारांमध्ये करतो. कारण त्यांनी काळ बदलला किंवा लोकांची आवड बदलली म्हणून त्यांनी त्यांच्या संगीताच्या स्टाईल मध्ये अजिबात बदल केला नाही. मी माझ्या धुंदीत संगीत देणार. लोकांना आवडले तर उत्तमच. नाही आवडले तरी मला तर आनंद मिळतो आहे ना. मग झालं तर.

## सुरुवातीचे जीवन आणि करिअर

नय्यर यांचा जन्म लाहोर, ब्रिटिश भारत (सध्याचा पाकिस्तान) येथे झाला. त्यानंतर त्यांनी संगीताचे प्रशिक्षण घेतले. त्यांनी कनीज (१९४९) साठी पार्श्वसंगीत तयार केले आणि १९५२ चा आकाश (दलसुख एम. पांचोली निर्मित) हा त्यांचा संगीत दिग्दर्शक म्हणून पहिला चित्रपट होता. त्यानंतर नय्यर यांनी छम छमा छम (१९५२) आणि बाज (१९५३) साठी संगीत दिले. चित्रपट निर्माता, दिग्दर्शक

आणि अभिनेते गुरु दत्त यांनी त्यांना आर पार (१९५४), मिस्टर अँड मिसेस '55 (१९५५) आणि C.I.D. साठी संगीत तयार करण्यासाठी घेतले. नय्यर यांचे सुरुवातीचे काम प्रामुख्याने शमशाद बेगम, गीता दत्त आणि मोहम्मद रफी यांनी केले होते. मोहम्मद रफी आणि आशा भोसले यांना एकत्र पहिल्यांदा C.I.D. मध्ये संधी दिली.

१९५७ मध्ये फिल्मालयाने नासिर हुसेनची ओळख करून दिली. त्यांना शम्मी कपूर आणि अमीता यांच्यासाठी रोमँटिक संगीत देण्यासाठी संगीतकार हवा होता. नासिर हुसेन यांच्या तुमसा नहीं देखा (१९५७) आणि फिर वही दिल लाया हूं (१९६४) या चित्रपटांना नय्यर यांनी संगीत दिले.

मोहम्मद रफी यांच्याशी मतभेद झाल्यानंतर, नय्यर यांनी गायक महेंद्र कपूरसोबत काम करण्यास सुरुवात केली. कपूर यांनी नय्यर यांचे "बदल जाये अगर माली, चमन होता नहीं खाली" हे गाणे "बहारें फिर भी आएंगी" चित्रपटासाठी गायले.

नय्यर यांनी शमशाद बेगम ("कजरा मोहब्बतवाला" सह) सोबत गाणी तयार केली आणि मधुबालाच्या १९६९ च्या मृत्यूनंतर वैजयंतीमाला, साधना, माला सिन्हा, पद्मिनी, आशा पारेख आणि शर्मिला टागोर यांनी अनेक नय्यर-भोसले गाणी लिप-सिंक केली. नय्यर आणि आशा भोसले १९७४ मध्ये वेगळे झाले आणि त्यानंतर त्यांनी दिलराज कौर, कृष्णा कल्ले, वाणी जयराम आणि कविता कृष्णमूर्ती यांच्यासोबत काम केले. मजरूह सुलतानपुरी आणि साहिर लुधियानवी यांनी "नया दौर" सह नय्यरच्या काही पूर्वीच्या गाण्यांचे बोल लिहिले. नय्यर यांनी जान निसार अख्तर, कमर जलालाबादी, एस. एच. बिहारी यांसारख्या विकसनशील गीतकारांसोबतही काम केले. त्यांनी विनोदी कलाकारांना पूर्ण, तीन मिनिटांची गाणी देण्याची परंपरा सुरू केली. ओम प्रकाशने जाली नोटमध्ये " छुरी बन, काँटा बन ओ माय सन " आणि हावडा ब्रिजमध्ये " ईट की दुक्की पान का इक्का" आणि जॉनी वॉकरने सीआयडीमध्ये "ये दिल है मुश्कील जीना यहाँ", मिस्टर अँड मिसेस ५५ मधील "जाने कहां मेरा जिगर गया जी" गायले., नया दौर मधील "मैं बंबईका बाबू, नाम मेरा अंजाना" आणि बसंतमधील " घूम के आया हूं मै बंधू ".

नया दौर (१९५७) मधील "ये देश है वीर जवानोंका" या गाण्याला त्यांना १९५८ चा फिल्मफेअर सर्वोत्कृष्ट संगीत दिग्दर्शकाचा पुरस्कार मिळाला. आशा भोसले यांनी सादर केलेले शेवटचे नय्यर गाणे होते 'चैन से हमको कभी, "प्राण जाए पर वचन ना जाए (१९७३) " साठी आशा भोसले यांना सर्वोत्कृष्ट महिला पार्श्वगायिकेचा १९७५ चा फिल्मफेअर पुरस्कार मिळाला. नय्यर १९७० च्या दशकात कमी

सक्रिय होते आणि त्यांनी राजेश खन्ना आणि अमिताभ बच्चन यांसारख्या तरुण अभिनेत्यांसाठी संगीत दिले नाही. त्यांच्या चित्रपटांमध्ये दिलीप कुमार, राज कपूर, देव आनंद, गुरु दत्त, धर्मेंद्र, शम्मी कपूर, जॉय मुखर्जी, बिस्वजित, फिरोज खान, भारत भूषण, मधुबाला, आशा पारेख, साधना, मुमताज, शर्मिला टागोर, राजश्री, रेखा, अमिता आणि श्यामा यांचा समावेश होता. हिंदी चित्रपटांव्यतिरिक्त, नय्यर यांनी तेलुगूमध्ये नीरजनमसाठी संगीत दिले. त्यांनी १९९० च्या दशकात १९९२ मध्ये मंगनी आणि निश्चय मध्ये पुनरागमन केले. आशाच्या कारकिर्दीला आकार देण्यात ओ.पी. नय्यर यांनी मोठी भूमिका बजावली, परंतु आशा क्वचितच त्याचा उल्लेख करतात. त्याऐवजी तिने एस.डी. बर्मन यांच्या नावाचा उल्लेख केला. १९७४ मध्ये ओपी आणि आशा का वेगळे झाले, त्याबद्दल दोघे कधीच बोलले नाही.

मेरे सनम मधील एक गाणे - "पुकारता चला हूँ मैं" पाश्चिमात्य गाण्यासाठी ओ पी नय्यरच्या परवानगीने कॉपी केले गेले होते " I hear the call, the call of spring" सर्व भारतीयांसाठी अभिमानाचा क्षण.

## वैयक्तिक जीवन

निवृत्तीच्या काळात नय्यर गजेंद्र सिंग आणि अहमद वासी यांच्यासह मोजक्याच लोकांच्या संपर्कात राहिले; सिंग यांनी त्यांचा त्यांच्या टेलिव्हिजन शो, सा रे ग म पा साठी न्यायाधीश म्हणून त्यांचा समावेश केला. वासी यांनी नय्यरची दोनदा विविध भारती वर मुलाखत घेतली आणि त्यांच्या जीवनाविषयी सहा एक तासांची मालिका, मुझे याद सब है जरा जरा सादर केली.

त्यांना दोन भाऊ होते: P. P. (वैद्य) आणि G. P. (सिकंदराबादमधील एक सेवानिवृत्त सैन्य दंतवैद्य, ज्यांचे २०१० मध्ये निधन झाले). नय्यर यांच्या पत्नी सरोज मोहिनी नय्यर यांनी "प्रीतम आन मिलो" (१९४५ मध्ये सी. एच. आत्मा यांनी गायले होते, ते गीता दत्तच्या मिस्टर अँड मिसेस '55' चित्रपटात वापरले होते) साठी गीते लिहिली होती. नय्यर यांनी मुंबईतील घर सोडून दिले व विरारमध्ये मित्राकडे आणि नंतर ठाण्यातील मित्राकडे राहत होते. २८ जानेवारी २००७ रोजी त्यांचे निधन झाले, त्यांच्या पश्चात पत्नी, तीन मुली आणि एक मुलगा असा परिवार आहे. नय्यर यांच्या निधनानंतर लता मंगेशकर, शर्मिला टागोर, मुमताज, महेश भट्ट, खय्याम, शक्ती सामंता, सोनू निगम, रवींद्र जैन, अनु मलिक, बी.आर. चोप्रा आणि शम्मी कपूर यांच्यासह अनेक बॉलिवूड व्यक्तींकडून श्रद्धांजली वाहण्यात आली. ३ मे २०१३ रोजी इंडिया पोस्टने एक स्मरणार्थ तिकिट जारी केले होते. त्यांची नात निहारिका रायजादा देखील एक अभिनेत्री आहे.

# फिल्मोग्राफी

- १९५२ - आस्मान, छम छम छम १९५३ - बाज १९५४ - आर पार, मंगू मेहबुबा
- १९५५ - बाप रे बाप, मिस कोका कोला, मिस्टर अँड मिसेस '55, मुसाफिर खाना, सब से बडा रुपैया
- १९५६ - भागम भाग, छू मंतर, C.I.D., ढाके की मलमल, हम सब चोर हैं, मिस्टर लंबू, नया अंदाज, श्रीमती ४२०
- १९५७ - बडे सरकार, दुनिया रंग रंगिली, जॉनी वॉकर, माई बाप, नया दौर, तुमसा नही देखा, उस्ताद, कैदी
- १९५८ – 12 O Clock, फरिश्ता, हावडा ब्रिज, कभी अंधेरा कभी उजाला, मिस्टर कार्टून M.A., मुजरिम, फागुन, रागिणी, सोने की चिडिया
- १९५९ - दो उस्ताद १९६० - बसंत, जाली नोट, कल्पना, माटी में सोना
- १९६२ - हाँगकाँग, एक मुसाफिर एक हसीना,
- १९६३ - फिर वही दिल लाया हूं १९६४ - कश्मीर की कली १९६५ - मेरे सनम
- १९६६ - अकलमंद, बहारें फिर भी आएगी, दो दिलों की दास्तान, Love & Murder, मोहब्बत जिंदगी है, सावन की घटा, ये रात फिर ना आएगी,
- १९६७ - C.I.D. 909, नसिहत १९६८ - दिल और मोहब्बत, हमसाया, कहीं दिन कहीं रात, किस्मत, श्रीमानजी,
- १९६९ - संबंध, द किलर्स १९७१ - ऐसा भी होता है, १९७२ - एक बार मुस्कुरा दो
- १९७३ - प्राण जाये पर वचन न जाय, टॅक्सी ड्रायव्हर १९७८ - खून का बदला खून

- १९७९ - बिन माँ के बच्चे, हीरा मोती १९८८ - सलाम बॉम्बे १९८९ - नीरजनम (तेलुगु चित्रपट)
- १९९२ - मंगनी, निश्चय १९९४ - जिद

## माझी काही आवडती गाणी

- बन्दा परवर, थाम लो जिगर...फिर वही दिल लाया हूँ - फिर वही दिल लाया हूँ
- आँखों से जो उतरी है दिल में - फिर वही दिल लाया हूँ
- हमदम मेरे खेल ना जानो - फिर वही दिल लाया हूँ
- लाखों है निगाहों में, ज़िंदगी की राह में - फिर वही दिल लाया हूँ
- रोका कई बार मैने दिल की उमंग को - मेरे सनम
- पुकारता चला हूँ मैं - मेरे सनम The song was copied later in " I hear the call, the call of spring"
- ये है रेशमी, जुल्फ़ों का अन्धेरा न घबराइये - मेरे सनम
- हमदम मेरे, मान भी जाओ - मेरे सनम
- तारीफ़ करूँ क्या उसकी, जिसने तुम्हें बनाया - कश्मीर की कली
- इशारों इशारों में दिल लेने वाले - कश्मीर की कली

# ६

# मदन मोहन

मदन मोहन कोहली (२५ जून १९२४ - १४ जुलै १९७५), मदन मोहन या नावाने ओळखले जातात. हे १९५०, १९६० आणि १९७० च्या दशकातील लोकप्रिय आणि अतुलनीय भारतीय संगीत दिग्दर्शक होते. आणि हिंदी चित्रपट उद्योगातील सर्वात मधुर आणि कुशल संगीत दिग्दर्शकांपैकी एक. त्यांनी हिंदी चित्रपटांसाठी रचलेल्या अजरामर गझलांसाठी ते विशेषतः लक्षात राहतात. मोहम्मद रफी, तलत महमूद, लता मंगेशकर आणि आशा भोसले या गायकांसह त्यांची काही उत्कृष्ट कामे आहेत.

ओ. पी. नय्यर प्रमाणेच हे पण हट्टी संगीतकार. स्टाईल मध्ये बदल करणे नाही.

## सुरुवातीची वर्षे

बगदाद येथे त्यांचा जन्म झाला. त्यांचे वडील राय बहादूर चुनीलाल इराकी पोलिस दलात महालेखापाल म्हणून कार्यरत होते. मदन मोहन यांनी त्यांच्या आयुष्याची सुरुवातीची वर्षे मध्यपूर्वेत घालवली. १९३२ नंतर, त्यांचे कुटुंब त्यांच्या मूळ गावी चकवाल येथे परतले, त्यानंतर पाकिस्तानच्या पंजाब प्रांतातील झेलम जिल्ह्यात. त्यांना आजी-आजोबांच्या देखरेखीखाली सोडण्यात आले, तर त्यांचे वडील व्यवसायाच्या संधी शोधण्यासाठी मुंबईला गेले. त्यांनी पुढील काही वर्षे लाहोरमधील स्थानिक शाळेत शिक्षण घेतले. लाहोरच्या वास्तव्यादरम्यान, ते कर्तार सिंग यांच्याकडून थोडे शास्त्रीय संगीत शिकले, परंतु त्यांना संगीताचे कोणतेही औपचारिक प्रशिक्षण

मिळाले नाही. काही काळानंतर, त्यांचे कुटुंब मुंबईला गेले. तेथे त्यांनी भायखळा मुंबईतील सेंट मेरी स्कूलमधून वरिष्ठ केंब्रिज पूर्ण केले. मुंबईत वयाच्या ११ व्या वर्षी, त्यांनी ऑल इंडिया रेडिओद्वारे प्रसारित होणार्‍या लहान मुलांच्या कार्यक्रमांमध्ये काम करण्यास सुरुवात केली. वयाच्या १७ व्या वर्षी, त्यांनी डेहराडूनमधील कर्नल ब्राउन केंब्रिज शाळेत त्यांनी एक वर्षाचे प्रशिक्षण पूर्ण केले.

## करिअरची सुरुवात

१९४३ मध्ये ते सैन्यदलात सेकंड लेफ्टनंट म्हणून रुजू झाले. दुसरे महायुद्ध संपेपर्यंत त्यांनी तेथे दोन वर्षे सेवा केली. नंतर त्यांनी लष्कर सोडले आणि त्यांची संगीताची आवड जोपासण्यासाठी मुंबईला परतले. १९४६ मध्ये, ते ऑल इंडिया रेडिओ, लखनौ येथे कार्यक्रम सहाय्यक म्हणून रुजू झाले, तेथे ते उस्ताद फैयाज खान, उस्ताद अली अकबर खान, बेगम अख्तर आणि तलत महमूद यांसारख्या विविध कलाकारांच्या संपर्कात आले. या दिवसांत ते ऑल इंडिया रेडिओवर प्रसारित होणार्‍या कार्यक्रमांना संगीतही देत असत. १९४७ मध्ये त्यांची ऑल इंडिया रेडिओ, दिल्ली येथे बदली झाली जिथे त्यांनी अल्प कालावधीसाठी काम केले. त्यांना गाण्याची खूप आवड होती आणि म्हणूनच १९४७ मध्ये त्यांना बेहजाद लखनवी यांनी लिहिलेल्या दोन गझल, आने लगा है कोई नजर जलवा गर मुझे आणि इस राज को दुनिया जानती है या गझलांचे रेकॉर्डिंग करण्याची पहिली संधी मिळाली. त्यानंतर लगेच, १९४८ मध्ये त्यांनी दीवान शरार यांनी लिहिलेल्या आणखी दोन खाजगी गझल रेकॉर्ड केल्या, वो आये तो महफिल में इठलाते हुए आये आणि दुनिया मुझे कहती है के मैं तुझको भुला दूं. १९४८ मध्ये, त्यांना शहीद चित्रपटासाठी संगीतकार गुलाम हैदर (संगीतकार) यांच्या नेतृत्वाखाली लता मंगेशकर यांच्यासोबत पिंजरे में बुलबुल बोले आणि मेरा छोटासा दिल डोले हे चित्रपट युगल गाण्याची पहिली संधी मिळाली. पण दुर्दैवाने ही गाणी चित्रपटात कधीही प्रदर्शित झाली नाहीत. १९४६ ते १९४८ या काळात त्यांनी संगीतकार एस.डी. बर्मन बरोबर "दो भाई" साठी आणि श्याम सुंदर बरोबर Actress चित्रपटांसाठी सहाय्यक म्हणून काम केले.

## संगीत दिग्दर्शक म्हणून

त्यांनी १९५० मध्ये आंखे चित्रपटासह पहिला मोठा ब्रेक मिळवला. शराबीसाठी त्यांनी संगीतबद्ध केलेली दोन गाणी - "सावन के महीने में" आणि "कभी ना कभी कोई ना कोई तो आयेगा", देव आनंदसाठी चित्रित केलेली दोन्ही गाणी मोहम्मद रफीच्या

सर्वात प्रसिद्ध गाण्यांपैकी एक आहेत. याशिवाय, जहाँआरा (१९६४) चित्रपटातील "वो चुप रहें तो" आणि दुल्हन एक रात की (१९६६) मधील "मैंने रंग ली आज चुनरिया" ही पण गाजलेली गाणी आहेत. तलत महमूद (फिर वही शाम, वही गम, वही तनहायी है, आणि जहाँआरा मधील मैं तेरी नजर का सुरुर हूं आणि तेरी आँख के आंसू, आणि मदहोश मधील मेरी याद में तुम ना) यांनी पण मदन मोहन साठी गाणी गायली.

किशोर कुमारची बरीच कमी गाणी आहेत. पण तीही चांगलीच गाजली. यात परवाना मधील सिमटीसी शरमाईसी, मनमौजी मधील जरूरत जरूरत है, एक मुठी आसमान मधील शीर्षक गीत, भाई भाई मधील मेरा नाम अब्दुल रहमान आणि चाचा झिंदाबाद मधील ऐ हसिनो यांसारखी गाणी. मदन मोहन यांनी बहुतेक वेळा गीतकार राजा मेहदी अली खान, कैफी आझमी, राजेंद्र क्रिशन, साहिर लुधियानवी आणि मजरूह सुलतानपुरी या गीतकारांबरोबर काम केले.

१९५७ मध्ये तो देख कबीरा रोया नावाचा चित्रपट आला. त्यात प्रसिद्ध गायक मन्ना डे यांनी कौन आया मेरे मन के द्वारे गायले होते. त्या व्यतिरिक्त, त्यांत लताची तू प्यार करे या ठुकराये आणि मेरी वीणा तुम बिन रोये, तसेच तलत महमूदचे हम से आया ना गया या ही गाणी गाजली.

पन्नास, साठ आणि सत्तरच्या दशकाचा उत्तरार्ध हा मदन मोहन यांच्या कारकिर्दीतील सर्वात उत्तम काळ होता. त्या दशकातील त्यांच्या गाण्यांमध्ये अदालत, अनपढ, दुल्हन एक रात की, मेरा साया, दस्तक, हस्ते जख्म, हीर रांझा, महाराजा आणि मौसम यासारख्या चित्रपटांच्या रचनांचा समावेश आहे. त्यांच्या शेवटच्या चित्रपटांपैकी त्यांचा चित्रपट म्हणजे त्यांच्या मृत्यूनंतर पाच वर्षांनी प्रदर्शित झालेला चालबाज. १९७० मध्ये, पाश्चात्य संगीताच्या बदलत्या काळात त्यांनी राजिंदर सिंग बेदी यांच्या दस्तकसाठी रागांवर आधारित संगीत दिले आणि १९७१ चा सर्वोत्कृष्ट संगीत दिग्दर्शनाचा राष्ट्रीय चित्रपट पुरस्कार जिंकला. लता मंगेशकर यांनी गायलेली गाणी आजही तिची सर्वोत्कृष्ट मानली जातात.

"दिल की राहें" - "रसम-ए-उल्फत को निभाए तो निभाए कैसे" या चित्रपटासाठी त्यांनी रचलेल्या गझलचा उल्लेख केल्याशिवाय त्यांचा वारसा पूर्ण होणार नाही. गझलचे शायर (गीतकार) नक्ष लल्यालपुरी होते आणि ते लता मंगेशकर यांनी गायले होते. हे लता मंगेशकर यांनी गायलेल्या सर्वोत्कृष्ट गाण्यांपैकी एक मानले जाते.

मदन मोहन यांचा मुलगा संजीव कोहली याने २००४ च्या यश चोप्रा चित्रपट वीर-झारा या साउंडट्रॅकसाठी त्यांच्या दिवंगत वडिलांच्या न वापरलेल्या ११ रचना पुन्हा तयार केल्या. नंतर कोहलीने "तेरे बगैर" हा अल्बम आणला ज्यामध्ये मदन मोहनची काही गाणी आहेत.

लता मंगेशकर यांनी त्यांना "गझल का शहजादा" किंवा गझलचा राजकुमार असे नाव दिले. खुद्द लतादीदींनी १९९० च्या दशकाच्या उत्तरार्धात एका लाइव्ह कॉन्सर्टमध्ये सांगितले होते की त्यांना मदन मोहन मदन मोहन यांची गाणी गाणे म्हणजे एक कसोटीच वाटत असे. त्या काळातील बहुतेक सर्वोत्कृष्ट चित्रपट अभिनेते राज कपूर, देव आनंद, दिलीप कुमार यांचे स्टुडिओ पण ठरलेले होते आणि संगीतकार सुद्धा. त्यामुळे मदन मोहन यांना काम मिळण्यात बऱ्याच अडचणी येत असत. १९६५ मध्ये वो कौन थीसाठी सर्वोत्कृष्ट संगीत दिग्दर्शकासाठी त्यांचे फिल्मफेअर पुरस्कारासाठी नामांकन झाले. पण चुरशीच्या झालेल्या शर्यतीत, मदन मोहन (वो कौन थी) आणि शंकर जयकिशन (संगम) दोघेही लक्ष्मीकांत प्यारेलाल (दोस्ती) यांच्याकडून पराभूत झाले.

## मृत्यू आणि नंतर

मदन मोहन यांच्या सततच्या धडपडीने त्यांच्या आयुष्यावर परिणाम झाला आणि ते खूप मद्यपान करू लागले. १४ जुलै १९७५ रोजी यकृताच्या सिरोसिसमुळे त्यांचे निधन झाले.

२००४ मध्ये, मदन मोहन यांच्या न वापरलेल्या ट्यून त्यांचा मुलगा, संजीव कोहली याने यश चोप्रा चित्रपट वीर-झारा, शाहरुख खान, प्रीती झिंटा, आणि राणी मुखर्जी यांच्यासाठी पुन्हा तयार केले. गाण्याचे बोल जावेद अख्तर यांनी लिहिले होते आणि लता मंगेशकर यांना त्यांनी संगीतबद्ध केलेल्या बहुसंख्य गाणी गाण्यासाठी विनंती केली. या संगीताचे खूप कौतुक झाले आणि समीक्षकांनीही त्याची प्रशंसा केली. वीर-झारा या चित्रपटाच्या संगीत दिग्दर्शनासाठी त्यांना २००५ चा आयफा पुरस्कार प्रदान करण्यात आला.

## मदन मोहन यांची पुस्तके

'मदन मोहन: एक अविस्मरणीय संगीतकार - व्ही एम जोशी आणि सुरेश राव यांनी संपादित केलेले, संगीतकाराच्या कार्याचे विश्लेषणात्मक स्वरूप सादर करते. त्यात संजीव कोहली, अक्षय कोहली, ओ पी दत्ता, उत्तम सिंग, बी आर इशारा, डॉ. अशोक रानडे, अलका देव मारुलकर, मृदुला जोशी, डॉ. कीर्ती श्रीवास्तव, दीपक जेस्वाल आणि इतर अनेकांच्या लेखांचा समावेश आहे; लता मंगेशकर, श्रेया घोषाल, महालक्ष्मी अय्यर आणि रेहाना सुलतान यांच्या मुलाखती आणि मदन मोहन यांची फिल्मोग्राफी.

## संगीत दिग्दर्शक म्हणून चित्रपट

- १९५० – आंखे १९५१ – अदा, मदहोश १९५२ - आशियाना, अंजाम, खूबसुरत, निर्मोही
- १९५३ – बागी, चाचा चौधरी, धून १९५४ -इलजाम, मस्ताना १९५५ – एहसान, रेल्वे प्लॅटफॉर्म
- १९५६ - भाई-भाई, फिफ्टी फिफ्टी, मेम साहिब, पॉकेट मार, राजधानी
- १९५७ - बेटी, छोटे बाबू, देख कबीरा रोया, गेटवे ऑफ इंडिया, समंदर, शेरू,
- १९५८ - आखरी दाव, अदालत, चंदन, एक शोला, जेलर, खजानची, खोटा पैसा, नाईट क्लब
- १९५९ - बाप बेटे, बैंक मैनेजर, चाचा जिंदाबाद, दुनिया ना माने, जागीर, मिनिस्टर, मोहर
- १९६० – बहाना १९६१ - संजोग, सेनापती १९६२ – अनपढ, मनमौजी १९६३ - अकेली मत जैयो
- १९६४ - आप की परछाईयां, गझल, हकीकत, जहाँ आरा, पूजा के फूल, शराबी, सुहागन, वो कौन थी
- १९६ - बॉम्बे रेस कोर्स, नया कानून, नीला आकाश, रिश्ते नाते
- १९६६ - डाक घर, दुल्हन एक रात की, लडका लडकी, मेरा साया, नींद हमारी ख्वाब तुम्हारे
- १९६७ - घर का चिराग, जब याद किसी की आती है, नौनिहाल, नवाब सिराजुद्दौला
- १९६८ - एक कली मुस्काई, १९६९ – चिराग, १९७० दस्तक, हीर रांझा, मा का आंचल, महाराजा
- १९७१ - परवाना, १९७२ - बावर्ची, कोशिश, सुलताना डाकू
- १९७३ - एक मुठी आस्मान, हंसते जख्म, हिंदुस्थान की कसम, प्रभात, दिल की रहें
- १९७४ – अस्लीयत, चौकीदार, १९७५ – मौसम १९७६ - लैला मजनू, शराफत छोड दी मैने
- १९७७ - साहेब बहादूर १९७८ – जालान १९७९ - इन्स्पेक्टर गरुड
- १९८० चाल बाज (मरणोत्तर रिलीज)
- २००४ वीर-झारा

सर्वोत्कृष्ट संगीत दिग्दर्शकाचा आयफा पुरस्कार जिंकला

## माझी काही आवडती गाणी

* नैना बरसे, रिमझिम रिमझिम - वो कौन थी
* लग जा गले कि फिर ये हसीं रात हो न हो - वो कौन थी
* जो हमने दास्तां अपनी सुनाई आप क्यों रोये - वो कौन थी
* छोड़ कर तेरे प्यार का दामन - वो कौन थी
* जाना था हमसे दूर, बहाने बना लिये - अदालत
* उन को ये शिकायत है के हम, कुछ नहीं कहते - अदालत
* आप की नज़रों ने समझा - अनपढ़
* कभी न कभी कहीं न कहीं कोई न कोई तो आयेगा - शराबी
* सावन के महीने में इक आग सी सीने में - शराबी

# ७

# कल्याणजी-आनंदजी

कल्याणजी-आनंदजी ही कच्छमधील एक भारतीय संगीतकार जोडी आहे: कल्याणजी वीरजी शाह (३० जून १९२८ - २४ ऑगस्ट २०००) आणि त्यांचा भाऊ आनंदजी वीरजी शाह (जन्म २ मार्च १९३३). ही जोडी हिंदी चित्रपटाच्या साउंडट्रॅकवरील त्यांच्या कामासाठी ओळखली जाते. त्यांनी अनेक सदाबहार गाणी दिली आहेत.

डॉन, बैराग, सरस्वतीचंद्र, कुर्बानी, मुकद्दर का सिकंदर, लावारिस, त्रिदेव, सफर, इत्यादी त्यांच्या काही प्रसिद्ध कलाकृती आहेत. त्यांनी कोरा कागजसाठी १९७५ चा सर्वोत्कृष्ट संगीत दिग्दर्शकाचा फिल्मफेअर पुरस्कार जिंकला.

## करिअर

कल्याणजी आणि आनंदजी ही एका कच्छी व्यावसायिकाची मुले होती जी कच्छमधील कुंद्रोडी गावातून मुंबई येथे किराणा आणि प्रोव्हिजन स्टोअर सुरू करण्यासाठी स्थलांतरित झाले. त्यांचा धाकटा भाऊ आणि त्याची पत्नी म्हणजे बबला आणि कांचन ही पती-पत्नी जोडी. भाऊ एका संगीत शिक्षकाकडून संगीत शिकू लागले, ज्याने त्यांना त्यांच्या वडिलांना बिल देण्याच्या बदल्यात शिकवले. त्यांचे एक पणजोबा प्रतिष्ठित लोकसंगीतकार होते. त्यांनी त्यांची बहुतेक वर्षे गिरगावच्या मुंबई परिसरात मराठी आणि गुजराती वातावरणात घालवली.

कल्याणजींनी संगीतकार म्हणून आपल्या कारकिर्दीची सुरुवात क्लॅव्हायोलिन नावाच्या एका नवीन इलेक्ट्रॉनिक उपकरणाने केली. हे त्यांनी हेमंत कुमार यांचे संगीत असलेल्या नागिन (१९५४) चित्रपटात प्रसिद्ध "नागिन बीन" साठी वापरले होते. त्यानंतर कल्याणजींनी त्यांचे भाऊ आनंदजी यांच्यासमवेत कल्याणजी विरजी अँड पार्टी नावाचा ऑर्केस्ट्रा ग्रुप सुरू केला ज्याने मुंबईत आणि बाहेर संगीताचे कार्यक्रम आयोजित केले. भारतात लाईव्ह म्युझिकल शो आयोजित करण्याचा हा पहिलाच प्रयत्न होता.

कल्याणजी आनंदजी यांचे बॉम्बे फिल्म इंडस्ट्रीमध्ये संगीतकार म्हणून आगमन हा एक टर्निंग पॉइंट होता, जेव्हा एस.डी. बर्मन, हेमंत कुमार, मदन मोहन, नौशाद, शंकर जयकिशन आणि ओ.पी. नय्यर सारखे मोठे संगीत दिग्दर्शक हे हिंदी चित्रपट संगीत जगतात राज्य करत होते आणि तो चित्रपट संगीताचा सुवर्णकाळ होता. त्यांच्यामध्ये स्थान मिळवणे खूप कठीण होते. तरीही त्यांनी स्पर्धेत यश मिळवले.

भारत भूषण- निरुपा रॉय यांनी हिट केलेला सम्राट चंद्रगुप्त (१९५९) हा त्यांचा कल्याणजी विरजी शाह म्हणून पहिला चित्रपट होता. "चाहे पास हो" (लता-रफी) सारखी गाणी जी आजही स्मरणात आहेत त्यामुळेच चित्रपटाला व्यावसायिक यश मिळाले. यानंतर पोस्ट बॉक्स 999 सारख्या चित्रपटांसाठी त्यांनी संगीत दिले यात आनंदजी त्यांना सहाय्य करत होते. त्यांनी सट्टा बाजार आणि मदारी (१९५९) मध्ये कल्याणजी आनंदजी जोडी अधिकृतपणे तयार केली. छलिया (१९६०) हा त्यांचा सर्वात पहिला हिट चित्रपट होता. १९६५ मध्ये, हिमालय की गोद में आणि जब जब फूल खिले या दोन चित्रपटांतील संगीताने त्यांना हिंदी चित्रपट सृष्टीत प्रस्थापित केले.

कल्याणजी आणि आनंदजी या दोघांनी २५० हून अधिक चित्रपटांसाठी संगीतकार म्हणून काम केले, त्यापैकी १७ सुवर्ण महोत्सवी आणि ३९ रौप्य महोत्सवी चित्रपट होते. त्यांनी दिलीप कुमार, अमिताभ बच्चन, अनिल कपूर, विनोद खन्ना,

रेखा आणि श्रीदेवी यांसारख्या बॉलीवूडमधील काही मोठ्या नावांसह भारत आणि परदेशातील एनजीओ आणि अनेक धर्मादाय संस्थांसाठी अनेक धर्मादाय मैफिली आयोजित केल्या.

मनहर उधास, कुमार सानू, अनुराधा पौडवाल, अलका याज्ञिक, साधना सरगम, सपना मुखर्जी, उदित नारायण, सुनिधी चौहान, ही आता खूप लोकप्रिय नावे झाली आहेत. पण त्यांना कल्याणजी आनंदजींकडून पहिला ब्रेक मिळाला. हिंदी चित्रपटांसाठी स्वतंत्रपणे संगीत देण्यापूर्वी लक्ष्मीकांत प्यारेलाल यांनी कल्याणजी आनंदजी यांचे संगीत सहाय्यक म्हणून काम केले. त्यांनी कमर जलालाबादी, आनंद बक्षी, गुलशन बावरा, अंजान, वर्मा मलिक आणि एम जी हशमत यांसारख्या गीतकारांना पण ब्रेक दिला.

१९९० च्या उत्तरार्धात आणि २००० च्या दशकाच्या सुरुवातीस, त्यांच्या कामाची ओळख तीन अल्बमद्वारे तरुण पाश्चात्य प्रेक्षकांना झाली. बॉम्बे द हार्ड वे: गन्स, कार्स अँड सिटार्स हा यूएस डीजे डॅन द ऑटोमेटरने एकत्रित केलेला मिक्स अल्बम होता; बॉलीवूड फंक हा सुट्रासोनिक डीजे हार्व आणि सुन्नी यांनी एकत्रित केलेला एक बहिष्कृत संकलन अल्बम होता; तर द बिगिनर्स गाइड टू बॉलिवुड हे जॉन लुईस यांनी टाइम आउट मासिकातून संकलित केले होते. हे तिन्ही विक्रम १९७० च्या दशकातील कल्याणजी आनंदजींच्या ट्रॅकवर केंद्रित आहेत ज्यात फंक ब्रेकबीट्स, वाह-वाह गिटार आणि मोटाउन-शैलीतील ऑर्केस्ट्रेशन होते. २००५ मध्ये, द ब्लॅक आयड पीसच्या "डोंट फंक विथ माय हार्ट" मध्ये त्यांच्या दोन गाण्यांतील संगीत तुकडे वापरले गेले: १९७२ मधील ' अपराध' चित्रपटातील "ए नौजवान" आणि १९७८ मधील डॉन चित्रपटातील "ये मेरा दिल" अमेरिकन हिप-हॉप गटाला ग्रॅमी पुरस्कार मिळाला.

२४ ऑगस्ट २००० रोजी कल्याणजींनी अखेरचा श्वास घेतला.

या संगीतकार जोडीने संगीत दिलेली किशोर कुमार यांनी गायलेली "जीवन से भरी तेरी आंखे", "जिंदगी का सफर है ये कैसा सफर", "पल पल दिलके पास", "नीले नीले अंबर पर" यासारखी गाणी फारच लोकप्रिय झाली. "पल भरके लिए" नावाची त्यांची रचना द सिम्पसनच्या एका एपिसोडमध्ये वापरली गेली. १९८१ च्या लावरिस चित्रपटातील "अपनी तो जैसे तैसे" गाण्याचे रीमिक्स केलेले गाणे २०१० च्या बॉलीवूड चित्रपट हाऊसफुलमध्ये वापरले गेले.

त्यांनी "बैराग" मध्ये दिलीप कुमारसाठी मोहम्मद रफी आणि "विधाता" मध्ये शम्मी कपूरसाठी किशोर कुमार यांचा प्लेबॅक वापरला.

१९७० नंतर त्यांना खूपच चित्रपट मिळाले. पण त्यातील निवडक गाणीच गाजली.

# गायकांचे सहकार्य

## मोहम्मद रफी

या जोडीने मोहम्मद रफीसाठी अनेक गाणी संगीतबद्ध केली. संगीत दिग्दर्शक म्हणून त्यांच्या सुरुवातीच्या टप्प्यावर, मोहम्मद रफी हे गायक म्हणून त्यांची पहिली पसंती होते. त्यांनी त्यांच्यासोबत अनेक लोकप्रिय गाणी केली. 'जब जब फूल खिले' या चित्रपटाने त्यांना प्रसिद्धी मिळवून दिली आणि त्यानंतर त्यांनी कधीच मागे वळून पाहिले नाही. जब जब फूल खिलेची सर्व गाणी प्रचंड हिट झाली. जब जब फूल खिले प्रमाणेच, मोहम्मद रफी सोबत कुर्बानी (क्या देखते हो), ब्लफ मास्टर (गोविंदा आला रे आला), राज (अकेले हैं चले आओ), सच्चा झुठा (यूही तुम मुझ से बात करती हो) सारखी अनेक लोकप्रिय गाणी आहेत., मर्यादा (तुम भी आजा के), हाथ की सफाई (वादा करले साजना), गोपी (सुख के सब साथी), कातिलों के कातिल (ये तो अल्लाह को खबर आणि ओह मेरी चोरनी), गीत (आजा तुझ को पुकारे मेरे गीत)) आणि बैराग (सारे शहर में आप सा) काही लोकप्रिय गाण्यांची नावे.

## लता मंगेशकर

या दोघांनी त्यांच्या कारकिर्दीत लता मंगेशकरांसाठी ३२६ गाणी रचली सुरुवातीच्या वर्षांमध्ये लतादीदींचा त्यांच्या संगीतावर किती प्रभाव होता याचा अंदाज यावरून लावला जाऊ शकतो की त्यांच्या पहिल्या चित्रपटात सम्राट चंद्रगुप्त (१९५८) मध्ये, लताजी या एकमेव महिला पार्श्वगायिका होत्या, ज्यांनी त्यात ८ पैकी ८ गाणी गायली होती. तथापि, १९७९ पासून त्यांनी लता मंगेशकरांचा आवाज अतिशय संयमाने वापरण्यास सुरुवात केली, तरीही त्यांनी आशा भोसले आणि किशोर कुमार यांसारख्या ज्येष्ठ गायकांना गाणी देऊ केली. १९८० च्या दशकापासून लतादीदींचा आवाज फक्त बॉम्बे 405 माईल्स (१९८०), कातिलों के कातिल (१९८१), खून का रिश्ता (१९८१), लोग क्या कहेंगे (१९८२), राज महल (१९८२), विधाता (१९८२) यांसारख्या गाण्यांमध्ये ऐकू येत होता., युद्ध (१९८५), पिघलता आसमान (१९८५), मंगल दादा (१९८६), कलयुग और रामायण (१९८७), देश द्रोही (१९८८), गलियों का बादशाह (१९८९) आणि उल्फत की नई मंझिलें (१९९४). यापैकी, कलयुग और रामायण आणि उल्फत की नई मंझिलें बऱ्याच काळापासून तयार होत होते, विशेषतः दुसरा जो १९६६ पासून तयार होत होता, त्याचे संगीत १९६८ मध्येच रिलीज झाले होते.

सुपरहिट गाण्यांमध्ये डॉन (१९७८) मधील "जिसका मुझे था इंतजार", आमने सामने (१९६७) मधील "कभी रात दिन हम दूर थे", जब जब फूल खिले (१९६५) मधील " ये समा समा है ये प्यार का", अपराध (१९७८) मधील "हमारे सिवा तुम्हारे और कितने दीवाने " फरार (१९७५) मधील "मैं प्यासा तुम सावन" यांचा समावेश आहे.

## *आशा भोसले*

या जोडीने आशासाठी २९७ गाणी रचली, तेवढीच गाणी त्यांनी लतासाठी संगीतबद्ध केली, हे दर्शविते की त्यांनी आशा आणि लता यांच्या बरोबर जवळजवळ सारखेच काम केले. आशा सोबतची त्यांची सुपरहिट गाणी डॉन (१९७८) मधील सर्वकालीन हिट "ये मेरा दिल" मुळे आहेत. याने सर्वोत्कृष्ट गायिका म्हणून आशाचा 7वा आणि शेवटचा फिल्मफेअर पुरस्कार मिळवला. 1990 मध्ये जगातील आघाडीच्या बँड "ब्लॅक आईड पीस"ने त्याची कॉपी केली होती आणि त्यांच्या गाण्याला ग्रॅमी अवॉर्ड मिळाला होता. आशा सोबतच्या त्यांच्या इतर हिट चित्रपटांमध्ये कुर्बानी (१९७८) मधील "क्या देखते हो" महल (१९६९) मधील आईये आपका था हमें इंतज़ार, जॉनी मेरा नाम मधील (१९७०) हुस्न के लाखों रंग आणि मुकद्दर का सिकंदर (१९७८) मधील "ओ साथी रे" यांचा समावेश आहे.

## *किशोर कुमार*

या जोडीने दिग्गज गायक किशोर कुमार यांच्यासाठी २७० गाणी रचली. किशोर कुमारसोबतच्या त्यांच्या सुपरहिट गाण्यांमध्ये सफर (१९७०) मधील "जिंदगी का सफर", मुकद्दर का सिकंदर (१९७८) मधील "ओ साथी रे", कोरा कागज (१९७४) मधील "मेरा जीवन कोरा कागज" सफर (१९७०) मधील " जीवन से भरी तेरी आंखे", ब्लॅकमेल (१९७४) मधील "पल पल दिल के पास", कलाकार (१९८५) मधील "नीले नीले अंबर पर", समझौता (१९७३) मधील "समझौता गमों से कर लो", "अपने जीवन की उलझन को" उलझन (१९७५) यांचा समावेश होता.

## *मन्ना डे*

या जोडीने "उपकार" (१९६८) मन्ना डे यांच्या आवाजातील "कस्मे वादे प्यार वफा के" आणि जंजीर (१९७३) मधील चार्ट बस्टर कव्वाली "यारी है इमान मेरा" या गाण्यांची रचना केली.

## *मुकेश*

या जोडीने मुकेशच्या आवाजात "चाँद सी महबूबा हो मेरी कब ऐसा मैंने सोचा था", "हम छोड चले है मेहफिल को", कोई जब तुम्हारा हृदय तोड दे", "क्या खूब लगती हो, बडी सुंदर दिखती हो".

अशी अनेक हृदयस्पर्शी गाणी रचली.

### *महेंद्र कपूर*

त्यांनी महेंद्र कपूरसाठी उपकारमधील "मेरे देश की धरती सोना उगले हीरे मोती" आणि पूरब और पश्चिम मधील "एक तारा बोले" "ट्विंकल ट्विंकल लिटिल स्टार" आणि "ओ शंकर मेरे "बैराग. महेंद्र कपूर अनेक हिट गाणी देणारे कल्याणजी आनंदजी यांच्या पसंतीच्या पार्श्वगायकात आहेत.

## पुरस्कार

- सिने संगीत दिग्दर्शक पुरस्कार - १९६५ - हिमालय की गोद में
- पहिला राष्ट्रीय पुरस्कार - १९६८ – सरस्वतीचंद्र फिल्मफेअर पुरस्कार - १९७४ - कोरा कागज
- HMV ची पहिली प्लॅटिनम डिस्क - मुकद्दर का सिकंदर (१९७८) पॉलीडोर द्वारे पहिली प्लॅटिनम डिस्क - कुर्बानी (१९८०)
- IMPPA पुरस्कार - १९९२ - चित्रपटातील योगदानासाठी भारत सरकारकडून पद्मश्री - उत्कृष्ट योगदानासाठी
- IIFA पुरस्कार (दक्षिण आफ्रिका) - २००३ - जीवनगौरव पुरस्कार
- सहारा परिवार पुरस्कार (युनायटेड किंगडम) - २००४ - जीवनगौरव पुरस्कार
- BMI पुरस्कार (युनायटेड स्टेट्स) – २००६ – ग्रॅमी पुरस्कार विजेत्या रॅप गाण्यासाठी "डोंट फंक विथ माय हार्ट"
- GIMA (ग्रेट भारतीय संगीत पुरस्कार) - २०१५ - जीवनगौरव पुरस्कार

### *विजू शाह*

विजू शाह (पूर्ण नाव - विजय कल्याणजी शाह, जन्म, ५ जून १९५९) हे हिंदी चित्रपटसृष्टीतील संगीतकार आहेत. ते संगीतकार जोडी कल्याणजी आनंदजी यांचे संगीत दिग्दर्शक कल्याणजी विरजी शाह यांचे पुत्र आहेत. त्यांनी त्रिदेव (१९८९), विश्वात्मा (१९९२), मोहरा (१९९४), तेरे मेरे सपने (१९९६) आणि गुप्त (१९९७) यांसारख्या चित्रपटांसाठी संगीत दिले ज्यासाठी त्यांना सर्वोत्कृष्ट संगीत दिग्दर्शकाच्या फिल्मफेअर पुरस्कारासाठी दुसरे नामांकन मिळाले आणि ते जिंकले. गुप्तसाठी सर्वोत्कृष्ट पार्श्वभूमी स्कोअरसाठी १९९८ फिल्मफेअर पुरस्कार.

# ८

# लक्ष्मीकांत-प्यारेलाल

लक्ष्मीकांत-प्यारेलाल ही एक लोकप्रिय आणि यशस्वी भारतीय संगीतकार जोडी होती, ज्यात लक्ष्मीकांत शांताराम कुडाळकर (१९३७-१९९८) आणि प्यारेलाल रामप्रसाद शर्मा (जन्म १९४०) यांचा समावेश होता. त्यांनी १९६३ ते १९९८ पर्यंत सुमारे ७५० हिंदी चित्रपटांसाठी संगीत दिले. राज कपूर, देव आनंद, बी.आर. चोप्रा, शक्ती सामंता, मनमोहन देसाई, यश चोप्रा, बोनी कपूर,

जे. ओम प्रकाश, राज खोसला, एल व्ही प्रसाद, सुभाष घई, के विश्वनाथ आणि मनोज कुमार यांच्यासह जवळजवळ सर्व उल्लेखनीय चित्रपट निर्मात्यांसाठी काम केले.

## प्रारंभिक जीवन

### लक्ष्मीकांत

पूर्ण नाव - लक्ष्मीकांत शांताराम कुडाळकर, जन्म ३ नोव्हेंबर १९३७ मुंबई

मृत्यू २५ मे १९९८ (वय ६०)

नानावटी हॉस्पिटल, मुंबई.

### सक्रिय वर्षे १९४७-१९९८

लक्ष्मीकांत शांताराम कुडाळकर यांचा जन्म लक्ष्मीपूजन, दिपावलीच्या दिवशी ३ नोव्हेंबर १९३७ रोजी झाला. म्हणून त्यांच्या आईवडिलांनी त्यांचे नाव लक्ष्मीकांत ठेवले. त्यांचे बालपण मुंबईतील विलेपार्ले (पूर्व) येथील झोपडपट्टीत भयंकर गरिबीत

गेले. कुटुंबाच्या गरीब आर्थिक परिस्थितीमुळे ते त्यांचे शैक्षणिक शिक्षण देखील पूर्ण करू शकले नाहीत. लक्ष्मीकांत मेंडोलिन वाजवायला शिकले आणि त्याचा मोठा भाऊ तबला वाजवायला शिकला. सुप्रसिद्ध मेंडोलिन वादक हुसेन अलीच्या सहवासात त्याने दोन वर्षे घालवली. काही पैसे मिळवण्यासाठी त्यांनी भारतीय शास्त्रीय वाद्य संगीत मैफिली आयोजित करणे आणि सादर करणे सुरू केले. पुढे ते बाल मुकुंद इंदोरकर यांच्याकडून मॅन्डोलिन आणि हुस्नलाल (हुसनलाल भगतराम फेम) यांच्याकडून व्हायोलिन शिकले. लक्ष्मीकांत यांनी भक्त पुंडलिक (१९४९) आणि आंखे (१९५०) या चित्रपटांमधून बालकलाकार म्हणून आपल्या चित्रपट कारकिर्दीला सुरुवात केली. त्यांनी काही गुजराती चित्रपटांमध्येही अभिनय केला.

### *प्यारेलाल*

पूर्ण नाव - प्यारेलाल रामप्रसाद शर्मा, जन्म ३ सप्टेंबर १९४०, मुंबई.

## सक्रिय वर्षे १९५२-आतापर्यंत

प्यारेलाल रामप्रसाद शर्मा (जन्म ३ सप्टेंबर १९४०) हे प्रसिद्ध ट्रम्पेटर पंडित रामप्रसाद शर्मा यांचा मुलगा आहे. त्यांच्या वडिलांनी त्यांना संगीताच्या मूलभूत गोष्टी शिकवल्या. वयाच्या ८ व्या वर्षी व्हायोलिन शिकण्यास सुरुवात केली आणि दररोज ८ ते १२ तास सराव केला. अँथनी गोन्साल्विस नावाच्या गोव्यातील संगीतकाराकडून तो व्हायोलिन वाजवायला शिकले. अमर अकबर अँथनी चित्रपटातील "माय नेम इज अँथनी गोन्साल्विस" हे गाणे श्री. गोन्साल्विस (चित्रपटात लक्ष्मीकांत-प्यारेलाल यांचे संगीत होते) यांना श्रद्धांजली म्हणून ओळखले जाते. वयाच्या १२ व्या वर्षी, त्याच्या कुटुंबाची आर्थिक परिस्थिती बिघडली, त्यामुळे त्यांना आपल्या कुटुंबासाठी पैसे कमवण्यासाठी रणजीत स्टुडिओसारख्या स्टुडिओमध्ये वारंवार व्हायोलिन वाजवून पैसे कमवावे लागले. प्यारेलाल यांचा भाऊ गोरख शर्मा याने लक्ष्मीकांत प्यारेलाल या जोडीने संगीतबद्ध केलेल्या विविध गाण्यांसाठी गिटार वाजवले.

अन्नू कपूर यांना नुकत्याच दिलेल्या एका मुलाखतीत त्यांनी नमूद केले आहे की ते अत्यंत निपुण व्हायोलिनवादक आणि पाश्चात्य संगीताचे तज्ञ होते. प्यारेलाल यांनी पाश्चिमात्य देशात आपले नशीब आजमावण्याचा विचार केला आणि त्यांना एका नामांकित गटासह नियमित ऑर्केस्ट्रा वादक बनायचे होते. लक्ष्मीकांतने त्याला परावृत्त केले आणि मग त्यांनी भारतीय चित्रपटासाठी संगीताचा अद्‌भुत प्रवास सुरू केला.

# संगीतकार जोडीची निर्मिती

जेव्हा लक्ष्मीकांत १० वर्षांचे होते, तेव्हा त्यांनी एकदा रेडिओ क्लब, कुलाबा येथे लता मंगेशकरांच्या मैफिलीत मेंडोलिन वाजवले. संगीत कार्यक्रमानंतर लतादीदींनी त्यांचे कौतुक केले.

लक्ष्मीकांत आणि प्यारेलाल यांची भेट मंगेशकर कुटुंबातर्फे चालवल्या जाणाऱ्या सुरेल कला केंद्र या मुलांसाठी असलेल्या संगीत अकादमीमध्ये झाली. त्यांच्या आर्थिकदृष्ट्या गरीब पार्श्वभूमीबद्दल त्यांना कळल्यानंतर, लतादीदींनी नौशाद, सचिन देव बर्मन आणि सी. रामचंद्र यांसारख्या संगीत दिग्दर्शकांकडे त्यांच्या नावाची शिफारस केली. समान आर्थिक पार्श्वभूमी आणि वय यामुळे लक्ष्मीकांत आणि प्यारेलाल खूप चांगले मित्र बनले. ते रेकॉर्डिंग स्टुडिओमध्ये बरेच तास घालवायचे, कधी एकमेकांसाठी काम करायचे आणि संधी मिळेल तेव्हा एकत्र खेळायचे.

प्यारेलाल अनेकदा बॉम्बे चेंबर ऑर्केस्ट्रा आणि परांजोती अकादमीमध्ये जात असत, जिथे ते गुडी सीरवाई, कुमी वाडिया, मेहली मेहता आणि त्यांचा मुलगा, झुबिन मेहता यांच्या कंपनीत त्यांची कामे पूर्ण करत असत. लक्ष्मीकांत-प्यारेलाल यांना त्यांच्या संगीतासाठी पैसे दिले जात पण ते समाधानी नव्हते, म्हणून त्यांनी मद्रास येथे जाण्याचा निर्णय घेतला. पण, तिथेही तीच कथा होती. म्हणून, ते परतले. एकदा प्यारेलाल यांनी भारत सोडून व्हिएन्ना येथे सिम्फनी ऑर्केस्ट्रा साठी झुबिनप्रमाणेच जाण्याचा निर्णय घेतला. मात्र, लक्ष्मीकांतच्या सांगण्यावरून ते गेले नाहीत. यावेळी लक्ष्मीकांत-प्यारेलाल यांच्या काही सहकाऱ्यांमध्ये पंडित शिवकुमार शर्मा (संतूर) आणि पंडित हरिप्रसाद चौरसिया (बासरी) यांचा समावेश होता. पुढे शिवकुमार आणि हरिप्रसाद यांनीही शिव-हरी या नावाने हिंदी चित्रपटसृष्टीत प्रवेश केला. लक्ष्मीकांत-प्यारेलाल यांनी १९५० च्या दशकात जवळजवळ सर्व नामांकित संगीत दिग्दर्शकांसोबत काम केले. १९५३ मध्ये, ते कल्याणजी-आनंदजी यांचे सहाय्यक झाले आणि १९६३ पर्यंत त्यांच्यासोबत सहाय्यक म्हणून काम केले. त्यांनी सचिन देव बर्मन (जिद्दीमध्ये) आणि त्यांचा मुलगा राहुल देव बर्मन (छोटे नवाब) यांच्यासह अनेक संगीत दिग्दर्शकांसाठी संगीत संयोजक म्हणून काम केले. लक्ष्मीकांत-प्यारेलाल आणि आरडी बर्मन खूप चांगले मित्र होते. नंतर लक्ष्मीकांत-प्यारेलाल यांनी स्वतंत्रपणे संगीत देणे सुरू केले. आर डी बर्मन यांनी दोस्ती मधील दोन गाण्यांसाठी माऊथ ऑर्गन वाजवले. आर डी बर्मन यांचे संगीत असलेल्या तेरी कसम (१९८२) मधील "दिल की बात" गाण्याचे वेळेस वेळेस लक्ष्मीकांतने त्यांना मदत केली होती.

## संगीत कारकीर्द

त्यांच्या सुरुवातीच्या काळात, लक्ष्मीकांत-प्यारेलाल यांचे संगीत शंकर-जयकिशन यांच्या संगीतासारखे होते, कारण लक्ष्मीकांत त्यांचे खूप चाहते होते. एकदा शंकरने त्यांचे संगीत लक्ष्मीकांत-प्यारेलाल यांच्यासारखे वाजणार नाही याची खात्री करण्यासाठी त्यांचे ऑर्केस्ट्रेशन देखील बदलले. पहिला रिलीज झालेला चित्रपट ज्यामध्ये त्यांना संगीत दिग्दर्शक म्हणून दाखवण्यात आले तो म्हणजे बाबूभाई मिस्त्री यांचा पारसमणी (१९६३), हा एक कॉस्च्युम ड्रामा होता. चित्रपटातील सर्वच गाणी प्रचंड लोकप्रिय झाली. 'हसता हुआ नुरानी चेहरा', 'वो जब याद आये' आणि 'मेरे दिल में हलकी सी'. संगीत दिग्दर्शक म्हणून त्यांच्या संपूर्ण कार्यकाळात, लक्ष्मीकांत-प्यारेलाल यांनी फक्त ए-ग्रेड गायकांचा वापर केला. त्यांचे गुरू, मोहम्मद रफी आणि लता मंगेशकर यांनी कमी बजेट असूनही त्यांच्यासाठी गाण्याचे मान्य केले आणि लक्ष्मीकांत-प्यारेलाल नेहमीच त्यांचे ऋणी राहिले. खरं तर, मोहम्मद रफी, आशा भोसले आणि लता या तिघांनीही त्यांच्या कारकिर्दीत लक्ष्मीकांत-प्यारेलालसाठी सर्वाधिक गाणी गायली आहेत. त्यांची पहिली पसंती मोहम्मद रफीनाच असायची, अगदी चित्रपट निर्मात्यांच्या इच्छेविरुद्ध सुद्धा. किशोर कुमार यांच्याशीही त्यांचे चांगले संबंध होते. किशोर कुमार यांनी सर्व पुरुष गायकांपैकी L-P साठी सर्वाधिक (४०२) गाणी गायली, त्यानंतर रफी (सुमारे ३८८ गाणी) आहेत.

लक्ष्मीकांत प्यारेलाल नी संगीत दिलेली गाणी ऐकताना बऱ्याच वेळा रसिकांचा घोटाळा व्हायचा, कारण गाण्यांच्या चाली बऱ्याचदा कल्याणजी आनंदजींनी दिल्यासारख्या वाटत.

लक्ष्मीकांत-प्यारेलाल यांनी राजश्री प्रॉडक्शनच्या १९६४ मध्ये आलेल्या "दोस्ती" चित्रपटाचा मोठा गाजावाजा झाला. या चित्रपटात दोन नवोदित नायक होते जे कधीच लोकप्रिय झाले नाहीत आणि संगीतामुळे चित्रपट यशस्वी झाला. 'चाहूंगा में तुझे शाम सवेरे' आणि 'राही मनवा' ही गाणी खूप गाजली. शंकर-जयकिशन (संगमसाठी) आणि मदन मोहन (वो कौन थी?) यांसारख्या दिग्गजांना मागे टाकत लक्ष्मीकांत-प्यारेलाल यांनी चित्रपटासाठी त्यांचा पहिला फिल्मफेअर सर्वोत्कृष्ट संगीत दिग्दर्शक पुरस्कार जिंकला. त्यानंतर आला लुटेरा, एक सुपरहिट संगीतमय नॉन-स्टार कास्ट चित्रपट, जो लता मंगेशकर यांच्या लक्ष्मीकांत-प्यारेलाल यांच्यासोबतच्या सुपरहिट गाण्यांमुळेच लक्षात राहतो.

१९६६ मध्ये L-P ने हिंदी चित्रपट संगीतात आपले स्थान मजबूत करण्यास सुरुवात केली. L-P चा पहिला संगीतमय हिट चित्रपट, मोठ्या स्टार कास्टसह, "आये दिन बहार के" रिलीज झाला, त्यानंतर "प्यार किये जा". अगदी कमी प्रसिद्ध

अभिनेत्यांसह चित्रपटांमध्येही, एल-पीने हिट संगीत दिले: सती सावित्रीमध्ये ("तुम गगन के चंद्रमा हो", "जीवन डोर तुमही संग बांधी", "कभी तो मिलेंगे"); संत ज्ञानेश्वर मध्ये ("ज्योत से ज्योत जगाते चलो "); हम सब उस्ताद है मध्ये ("प्यार बाटते चलो", "अजनबी तुम जाने पहले से"); मिस्टर एक्स इन बॉम्बे मध्ये ("मेरे मेहबूब कयामत होगी", "चली रे चली रे गोरी", "खूबसूरत हसिना"); आणि श्रीमान फंटूश मध्ये..("सुलताना सुलताना तू ना घबराना", "ये दर्द भरा अफसाना").

१९६७ मध्ये, L-P ने एकामागून एक हिट चित्रपटांच्या मालिकेसह हिंदी चित्रपट उद्योगात त्यांचे स्थान मजबूत केले. नॉन-स्टार कास्ट चित्रपट फर्ज हा L-P चा पहिला सुवर्ण महोत्सवी संगीतमय हिट होता, त्यानंतर अनिता, शागिर्द, पत्थर के सनम, नाईट इन लंडन, जाल आणि आणखी एक सदाबहार संगीतमय हिट मिलन यासारख्या मोठ्या स्टारकास्टचे चित्रपट. L-P ला त्यांची दुसरी फिल्मफेअर ट्रॉफी मिलनसाठी कोणत्याही स्पर्धेशिवाय मिळाली.

लक्ष्मीकांत-प्यारेलाल, राहुल देव बर्मन आणि कल्याणजी-आनंदजी यांच्या उदयाने बॉलीवूड संगीताच्या जुन्या युगाचा अंत झाला, जो जयदेव, शंकर-जयकिशन, सचिन देव बर्मन, नौशाद, सी. रामचंद्र, खय्याम, मदन मोहन, ओ.पी. नय्यर, रोशन यांचा होता. प्रसाद प्रॉडक्शन, राजश्री प्रॉडक्शन, जे. ओम प्रकाश, राज खोसला, मनोज कुमार, रामानंद सागर, मोहन सहगल, व्ही.शांताराम, राज कपूर, यश चोप्रा, मनमोहन देसाई, सुभाष घई अशा बऱ्याच चित्रपट निर्मात्यांनी लक्ष्मीकांत-प्यारेलाल यांना आपले चित्रपट देण्यास सुरुवात केली आणि एल-पी ने पण त्याला न्याय देत उत्कृष्ट संगीत दिले.

गीतकार आनंद बक्षी बरोबर त्यांचे सूर चांगलेच जुळले. लक्ष्मीकांत-प्यारेलाल आणि गीतकार आनंद बक्षी यांच्या टीमने हिंदी चित्रपटसृष्टीच्या इतिहासातील काही लोकप्रिय गाणी तयार केली. कॉम्बोने २५० हून अधिक चित्रपटांसाठी गाणी तयार केली. लक्ष्मीकांत-प्यारेलाल यांनी ज्या चित्रपटांसाठी फिल्मफेअर पुरस्कार जिंकले त्या सर्व चित्रपटांचे ते गीतकार होते, त्यांचा पहिला पुरस्कार वगळता. एकदा एका सिनेमासाठी गाणे तयार करायचे होते म्हणून LP आणि आनंद बक्षी एकत्र बसले होते. त्यांनी असे ठरवले होते की जे गाणे लिहायचे ते संवाद स्वरूपात असावे. सर्वांनी खूप वेळ डोकेफोड केली. ३ - ४ तास असेच गेल्यावर आनंद बक्षी उठले. म्हणाले, "अच्छा तो हम चलते है". LP नी विचारले, "फिर कब मिलोगे? कल." बक्षी म्हणाले, "कल नही परसो". मग घरी गेल्यावर आनंद बक्षींनी ते गाणे संपूर्ण लिहून काढले. हेच ते "आन मिलो सजना" मधील गाणे, जे बरेच गाजले.

अभिनेते राजेश खन्ना यांनी लक्ष्मीकांत-प्यारेलाल यांना त्यांच्या २६ चित्रपटांसाठी संगीत दिग्दर्शक म्हणून ठेवले.

आशा भोसले यांचे पण उत्तम सहकार्य होते. यांच्या दिग्दर्शनात तिने अनेक हिट गाणी गायली आहेत. हमजोली (१९७०) मधला "ढल गया दिन" (रफीसोबत) सुपरहिट ठरला. खिलोना (१९७०) मधील "रोझ रोझी", अभिनेत्री (१९७०) मधील "बने बडे राजा", आणि अनहोनी (१९७४) मधील "बलमा हमारी मोटरकार लेके आयो", जागृति (१९७४) मधील "ऐ मेरे नन्हे गुलफाम" (१९७७), परवरिश (१९७७) मधील "आइये शौक से कहिये", सुहाग (१९७९) मधील "तेरी रब ने", कर्ज (१९८०) मधील "एक हसीना थी", बंदिश (१९८०) मधील "अरे भागो अरे दौडो", "उत्सव (१९८५) मधील "मन क्यूं बहका रे", राम बलराम (1990) मधील "बलराम ने बहुत समझा" इत्यादी. त्यांनी आशा भोसले यांच्यासोबत दुसऱ्या क्रमांकाची गाणी रेकॉर्ड केली. १९८०-१९८६ मध्ये, त्यांची बहुतेक गाणी फक्त आशाने गायली होती. अनहोनी मधील "हंगामा हो गया" हा एक चार्टबस्टर होता आणि आशाला १९७४ मध्ये फिल्मफेअर पुरस्कारासाठी नामांकन मिळाले होते. हे गाणे नंतर २०१४ च्या क्वीन चित्रपटासाठी पुन्हा रेकॉर्ड केले गेले, अरिजित सिंगच्या अतिरिक्त आवाजासह, ते पुन्हा शीर्ष चार्टवर आले आणि ते एक गाणे बनले, सुपरहिट.

त्यांनी कविता कृष्णमूर्ती, मोहम्मद अझीझ, सुरेश वाडकर, शब्बीर कुमार, सुखविंदर सिंग, विनोद राठोड आणि रूप कुमार राठोड यांसारख्या अनेक नवोदितांना मोठा ब्रेक दिला.

लक्ष्मीकांत-प्यारेलाल हे एकमेव संगीतकार आहेत ज्यांनी महान गायक मोहम्मद रफी, किशोर कुमार, मुकेश आणि लता मंगेशकर यांना अमर अकबर अँथनी मधील "हमको तुमसे हो गया है प्यार क्या करे" गाण्यासाठी एकत्र केले.

## संगीताची शैली

लक्ष्मीकांत-प्यारेलाल यांनी भारतीय शास्त्रीय संगीत तसेच पाश्चात्य संगीताची रचना केली; ते त्यांच्या लोक सुरांसाठी आणि अर्ध-शास्त्रीय संगीतासाठी सर्वाधिक लोकप्रिय होते. शागीर्द साठी, त्यांनी रॉक-एन-रोल-शैलीतील धुन तयार केले आणि कर्ज (१९८४) मध्ये संगीत डिस्कोच्या जवळ आहे. या चित्रपटासाठी त्यांनी "दर्द-ए-दिल दर्द-ए-जिगर" या गझलची पाश्चात्य आवृत्ती लिहिली आणि त्यांना त्या वर्षीचा फिल्मफेअर सर्वोत्कृष्ट संगीत दिग्दर्शक पुरस्कार मिळाला.

# गाजलेली गाणी

- १९६४ दोस्ती - "राही मनवा दुख की चिंता" मोहम्मद रफी लता मंगेशकर
- १९६७ मिलन - "सावन का महीना" मुकेश, लता मंगेशकर १९६८ शागिर्द - "दिल विल प्यार व्यार" लता मंगेशकर
- १९६९ इंतकाम - "कैसे रहू चुप" लता मंगेशकर १९६९ दो रास्ते - "बिंदिया चमकेगी" लता मंगेशकर
- १९७१ जल बिन मछली नृत्य बिन बिजली - "जो मैं चली" लता मंगेशकर
- १९७२ शोर - "एक प्यार का नगमा है" मुकेश, लता मंगेशकर
- १९७३ मनचली - "ओ मनचली कहा चली" किशोर कुमार
- १९७३ बॉबी - "हम तुम एक कमरे में बंद हो" शैलेंद्र सिंग, लता मंगेशकर
- १९७४ रोटी कपडा और मकान - "मेहंगाई मार गई" जानी बाबू कव्वाल, लता मंगेशकर, मुकेश आणि चंचल
- १९७७ अमर अकबर अँथनी - "हमको तुमसे हो गया है प्यार" मोहम्मद रफी, किशोर कुमार, मुकेश आणि लता मंगेशकर
- १९७७ ड्रीम गर्ल - "ड्रीम गर्ल" किशोर कुमार १९८० सरगम - "डफली वाले" मोहम्मद रफी, लता मंगेशकर
- १९८० दोस्ताना – "सलामत रहे दोस्ताना हमारा" मोहम्मद रफी आणि किशोर कुमार
- १९८० कर्ज - "दर्द-ए-दिल दर्द-ए-जिगर" मोहम्मद रफी
- १९८१ एक दुजे के लिए - "तेरे मेरे बीच में" लता मंगेशकर आणि एस. पी. बालसुब्रह्मण्यम
- १९८२ प्रेम रोग - "ये गलियां ये चौबारा" लता मंगेशकर
- १९८३ हिरो - "तू मेरा हिरो है" मनहर उधास, अनुराधा पौडवाल १९८६ नाम - "चिठ्ठी आयी आहे" पंकज उधास
- १९८६ नगीना - "मैं तेरी दुश्मन" लता मंगेशकर
- १९८७ मिस्टर इंडिया - "हवा हवाई" कविता कृष्णमूर्ती " काटे नही कटते दिन ये रात " किशोर कुमार आणि अलिशा चिनॉय
- १९८८ तेजाब - "एक दो तीन " अमित कुमार आणि अलका याज्ञिक
- १९८९ चालबाज - "ना जाने कहां से आयी है" अमित कुमार आणि कविता कृष्णमूर्ती

- १९८९ राम लखन - "माय नेम इज लखन" मोहम्मद अझीझ, अनुराधा पौडवाल, नितीन मुकेश, अनुराधा श्रीराम
- १९९१ सौदागर - "इलु इलु" मनहर उधास, कविता कृष्णमूर्ती, उदित नारायण आणि सुखविंदर सिंग
- १९९१ हम - "जुम्मा चुम्मा दे दे" सुदेश भोंसले आणि कविता कृष्णमूर्ती
- १९९२ खुदा गवाह - "तू मुझे कबूल" मोहम्मद अझीझ आणि कविता कृष्णमूर्ती
- १९९३ खलनायक - "चोली के पीछे क्या है" अलका याज्ञिक, इला अरुण
- १९९३ आशिक आवारा - "मैं हूं आशिक, आशिक आवरा" उदित नारायण

## लक्ष्मीकांत यांच्या निधनानंतर

लक्ष्मीकांत यांच्या निधनानंतर प्यारेलाल यांनी स्वतंत्रपणे काही कामे केली आहेत. तरीही, प्यारेलाल सर्व रचनांसाठी नेहमी 'लक्ष्मीकांत-प्यारेलाल' हे नाव वापरत. जेव्हा पार्श्वगायक कुमार सानू संगीत दिग्दर्शक बनले तेव्हा त्यांनी प्यारेलाल यांच्याकडे संगीताची व्यवस्था केली. फराह खानच्या ओम शांती ओम गाण्याच्या "धूम ताना" च्या संगीतात मदत करण्यासाठी प्यारेलाल यांना संपर्क करण्यात आला. २००९ मध्ये प्यारेलाल यांनी पुणे फिल्म फेस्टिव्हलमध्ये क्रिएटिव्ह साउंड आणि म्युझिकसाठी सचिन देव बर्मन आंतरराष्ट्रीय पुरस्कार जिंकला. प्यारेलाल यांनी काकस एंटरटेनमेंटसोबत मेस्ट्रोस: अ म्युझिकल जर्नी ऑफ लक्ष्मीकांत-प्यारेलाल नावाचा शो केला आहे.

# ९

# सपन - जगमोहन

सपन - जगमोहन ही सपन सेनगुप्ता आणि जगमोहन बक्षी यांची १९७० च्या दशकातील लोकप्रिय संगीतकार जोडी होती. त्यांनी सलील चौधरी यांच्या बॉम्बे युथ कॉयरमध्ये गायक म्हणून आणि हिंदी चित्रपटांमध्ये बॅकअप गायक म्हणून त्यांच्या कारकिर्दीची सुरुवात केली.

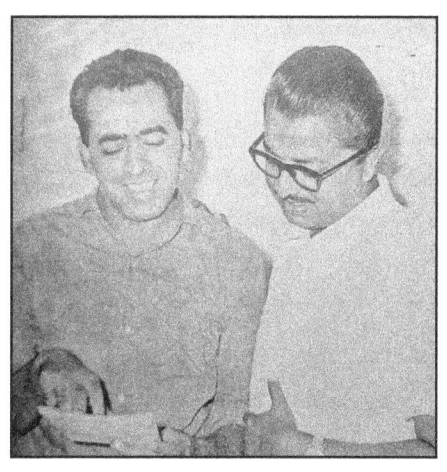

त्यांच्या बहुतेक रचना नक्श ल्यालपुरी यांच्या गीतांवर आधारित होत्या, परंतु त्यांनी इंदिवर, शैलेंद्र आणि एम.जी. हशमत यांसारख्या गीतकारांसोबतही काम केले.

त्यांनी "मैं तो हर मोड पर" ("चेतना, १९७०), "हम है जहाँ" ("कॉल गर्ल, १९७४) आणि "ए मेरे दिल दिवाने" ("लाल कोठी, १९७८) सारखी काही लोकप्रिय गाणी रचली. ते बी-ग्रेड चित्रपटां मध्येच राहिले. वर्षानुवर्षे ते आर.डी. बर्मन यांच्या संगीताच्या शैलीशी जोडले गेले.

## चरित्र

सपन जगमोहन हे ६० च्या उत्तरार्धापासून ते ८० च्या दशकाच्या मध्यापर्यंत जवळपास २ दशके आर.डी. बर्मन यांचे सहाय्यक होते. शोलेचा लोकप्रिय टायटल ट्रॅक (टायटल दरम्यान) आणि शोलेचा प्रसिद्ध माउथ ऑर्गन पीस (चित्रपटात एबीने साकारलेला) यासारख्या पंचम दा यांच्या काही रचनांचा स्रोत सपन चक्रवर्ती होता. इतर भागीदार श्री जगमोहन यांच्याबद्दल फारशी माहिती नाही. सपन जगमोहन

टीमचा एक प्रसिद्ध चित्रपट 'जमीर' (१९७५) होता, ज्यात एबी, विनोद खन्ना, शम्मी कपूर आणि सायरा बानू यांनी भूमिका केल्या होत्या.

सपन-जगमोहन, म्हणजे सपन सेनगुप्ता आणि जगमोहन बक्षी. ही एक संगीत दिग्दर्शक जोडी होती. ही जोडी १९७० च्या दशका पासून हिंदी चित्रपट उद्योगात उदयाला आली. या दोघांनी सलील चौधरी यांच्या बॉम्बे यूथ कॉयरमध्ये गायक म्हणून आणि हिंदी चित्रपटांमध्ये कोरस गायक म्हणून त्यांच्या कारकिर्दीची सुरुवात केली. आरडी बर्मन यांच्याबरोबरच त्यांनी संगीतकार म्हणून पदार्पण केले परंतु त्यांना मोठा ब्रेक मिळाला नाही. त्यांची कारकीर्द बी-ग्रेड चित्रपटांपुरतीच मर्यादित राहिली आणि १९८० च्या दशकाच्या मध्यापर्यंत त्यांची कारकीर्द संपुष्टात आली. सपन-जगमोहन मोठ्या लीगमध्ये पोहोचले नसतील पण त्यांनी काही संस्मरणीय गाणी रचली.

'फिर वो भूली सी याद आयी है', 'बुलाती है बहार', 'ना जाने कहां खो गया कौन जमाना' (बेगाना, १९६३)

'खो दिए हैं सनम तेरी तलाश में' (तेरी तलाश में, १९६८)

'मैं तो हर मोड पर तुझको दूंगा सदा' (चेतना, १९७०)

'उल्फत में जमाने की' (कॉल गर्ल, १९७४)

# १०
# सोनिक ओमी

सोनिक-ओमी ही एक भारतीय संगीतकार जोडी आहे. मास्टर सोनिक (मनोहरलाल सोनिक; २६ नोव्हेंबर १९२६ - ९ जुलै १९९३) आणि त्यांचा भाचा ओमी (ओम प्रकाश सोनिक) यांचा समावेश आहे. हे दोघे हिंदी चित्रपटाच्या साउंडट्रॅकवरील कामासाठी ओळखले जातात. भक्ती में शक्ती, धर्म, दिल ने  फिर याद किया (१९६६), सावन भादों, आबरू, महुआ (१९६९), आणि रफ्तार ही त्यांची काही प्रसिद्ध कामे आहेत.

## वैयक्तिक जीवन

मास्टर सोनिक हे उत्तर भारतातील एक अंध संगीतकार होते. मास्टर सोनिक आणि त्यांची पत्नी संतोष यांना ४ मुले होती - सीमा सोनिक अलीमचंद, संगीता सोनिक, संध्या सोनिक मामिक आणि सुषमा सोनिक कंसारा. ९ जुलै १९९३ रोजी मुंबई, भारत येथे त्यांचे निधन झाले. चित्रपट निर्माते अम्मान अद्वैत हा त्याचा नातू आहे. त्यांचा नातू संगीतकार हितेश सोनिक आणि गायिका सुनिधी चौहान त्यांची सून आहे.

ओम प्रकाश वर्मा (नंतर त्यांनी सोनिक हे आडनाव धारण केले) यांचा जन्म सियालकोट येथे १९३७ मध्ये झाला. फाळणीनंतर हे कुटुंब दिल्लीला स्थलांतरित झाले. तिथे ओमचे काका मनोहर लाल सोनिक त्यांच्यासोबत होते. सियालकोटमध्ये जन्मलेल्या मनोहर लाल यांची केवळ दोन वर्षांची असताना त्यांची दृष्टी गेली होती. पण अंधत्वामुळे ते आपल्या संगीताच्या महत्त्वाकांक्षेपासून परावृत्त झाले नाहीत.

ओमप्रकाश सोनिक (ओमीजी) आणि त्यांच्या पत्नीला ४ मुले होती त्यापैकी फक्त 2 सोम सोनिक (नम्रता सोनिकशी विवाहित) आणि सुधा चड्डा (राजेंद्र चड्डा यांच्याशी विवाहित) हयात आहेत.

ओमीजी यांचे ७ जुलै २०१६ रोजी मुंबई येथे निधन झाले.

ओम प्रकाश सोनिक हे आपल्या कुटुंबासह राम पुल, ई-ब्लॉक लजपत नगर-१, नवी दिल्ली येथे राहत होते. ते सियालकोट पाकिस्तानमधून स्थलांतरित झाले आणि येथे स्थायिक झाले. १९४८ मध्ये मनोहर लाल यांनी चित्रपटसृष्टीत नशीब आजमावण्यासाठी मुंबईला जाण्याचा निर्णय घेतला. अकरा वर्षांच्या ओमीला त्याच्या दृष्टिहीन काकांची काळजी घेण्यासाठी बरोबर पाठवण्यात आले. त्यांच्या नात्यात, चित्रपटसृष्टीत आणखी एक व्यक्ती स्थिरावली आणि त्यांचे नाव मान सिंग होते. त्यांची मुलगी विद्या सिन्हा आणि जावई राणा प्रताप सिंग.

मुंबईत मनोहर लाल सोनिक यांना सुरुवातीला गायक म्हणून काही काम मिळाले. त्यानंतर त्यांनी आरबी हल्दिया यांच्या सह-निर्मित दोन चित्रपटांसाठी संगीत दिले. ईश्वर भक्ती, सोनिकने ईश्वर भक्ती १९५१ मध्ये आणि ममता १९५२ मध्ये प्रदर्शित केले. दुर्दैवाने, बॉक्स ऑफिसवर दोन्हीची कामगिरी खराब झाली. चित्रपटांच्या अपयशामुळे मास्टर सोनिक यांची संगीत दिग्दर्शक म्हणून कारकीर्द अकाली संपुष्टात आल्याचे दिसते. त्यामुळे त्यांनी इतर संगीत दिग्दर्शकांना मदत करण्यास सुरुवात केली, ते म्हणजे मदन मोहन (वो कौन थी, हकीकत, मेरा साया), रोशन (बरसात की एक रात, आरती, ताजमहाल) आणि उषा खन्ना (दिल देके देखो). दरम्यान, गायक म्हणून यशस्वी होण्यासाठी केलेल्या अनेक अपयशी प्रयत्नांनंतर ओमीने आपल्या काकांना मदत करण्यास सुरुवात केली होती.

नंतर चित्रपट निर्मिते रावल यांनी त्यांना संगीत दिग्दर्शक जोडी म्हणून पहिला ब्रेक दिला. धर्मेंद्र-नूतन स्टारर दिल ने फिर याद किया (१९६६) चे शीर्षक गीत प्रचंड हिट झाले. दिल ने फिर याद किया नंतर, या जोडीने रावलांसह आणखी दोन चित्रपट केले - आबरू (१९६९) आणि लडकी पसंद है (१९७१). दरम्यान, त्यांनी सावन भादोच्या रूपात मोठ्या व्यावसायिक यशाची चव चाखली, हा चित्रपट रेखाचा हिंदी पदार्पण आणि नवीन निश्चलची ओळख करून देणारा चित्रपट होता.

सोनिक ओमी यांनी जोडी म्हणून ४० चित्रपटांना संगीत दिले.

शेवटचा चित्रपट बिवी नंबर २ (२०००) हा होता.

# ११

# हेमंत कुमार

हेमंत मुखोपाध्याय, त्यांना हेमंत कुमार म्हणून ओळखले जाते. (१६ जून १९२० - २६ सप्टेंबर १९८९) हे एक भारतीय गायक आणि संगीत दिग्दर्शक होते. त्यांनी बंगाली, हिंदी आणि मराठी, गुजराती, ओडिया, आसामी, तमिळ, पंजाबी, भोजपुरी, यासारख्या इतर भारतीय भाषांमध्ये गायले. कोकणी, संस्कृत आणि उर्दू. बंगाली आणि हिंदी चित्रपट संगीत, रवींद्र संगीत आणि इतर अनेक गाण्यांचे ते कलाकार होते. त्यांना सर्वोत्कृष्ट पार्श्वगायकाचे दोन राष्ट्रीय पुरस्कार मिळाले.

## प्रारंभिक जीवन

हेमंताचा जन्म वाराणसी येथे त्यांच्या आजोबांच्या घरी झाला. त्यांचे कुटुंब मूळचे जयनगरचे आहे. ते १९०० च्या दशकाच्या सुरुवातीस कोलकाता येथे स्थलांतरित झाले. हेमंता तिथेच लहानाचा मोठा झाला आणि त्याने नसिरुद्दीन शाळेत आणि नंतर भवानीपूर परिसरातील मित्र संस्थेच्या शाळेत शिक्षण घेतले. तेथे त्यांना त्यांचे दीर्घकाळचे मित्र सुभाष मुखोपाध्याय भेटले जे नंतर बंगाली कवी झाले. याच काळात त्यांची प्रख्यात लेखक संतोषकुमार घोष यांच्याशी मैत्री झाली. त्यावेळी हेमंताने लघुकथा लिहिल्या, संतोष कुमार यांनी कविता लिहिल्या आणि सुभाष मुखोपाध्याय यांनी गाणी गायली.

इंटरमीडिएट परीक्षा (१२वी इयत्ता) उत्तीर्ण झाल्यानंतर, हेमंताने जादवपूर येथील बंगाल टेक्निकल इन्स्टिट्यूटमध्ये इंजिनीअरिंगसाठी प्रवेश घेतला. तथापि,

वडिलांच्या आक्षेपाला न जुमानता त्यांनी संगीत क्षेत्रात करिअर करण्यासाठी शिक्षण सोडले. त्यांनी थोडक्यात साहित्याचा प्रयत्न केला आणि देश नावाच्या प्रतिष्ठित बंगाली मासिकात एक लघुकथा प्रकाशित केली, परंतु १९३० च्या दशकाच्या उत्तरार्धात त्यांनी स्वतःला पूर्णपणे संगीतासाठी वाहून घेतले.

## सुरुवातीची संगीत कारकीर्द

त्यांचे मित्र सुभाष मुखोपाध्याय यांच्या प्रभावाखाली, हेमंताने १९३५ मध्ये आकाशवाणीसाठी त्यांचे पहिले गाणे रेकॉर्ड केले. गाण्याची ओळ होती "अमर गणते आले नाबरूपी चिरंतनी." हेमंताची संगीत कारकीर्द बंगाली संगीतकार शैलेश दत्तगुप्ता यांच्या मार्गदर्शनाखाली सुरु झाली. हेमंता त्याच्या सुरुवातीच्या आयुष्यात प्रसिद्ध बंगाली गायक पंकज मलिक यांना फॉलो करत असे. यासाठी त्याला 'छोटो पंकज' असे टोपणनाव देण्यात आले. १९८० च्या दशकाच्या सुरुवातीला टेलिव्हिजनवरील एका मुलाखतीत, हेमंताने नमूद केले होते की त्यांनी उस्ताद फैय्याज खान यांचे विद्यार्थी फणीभूषण गंगोपाध्याय यांच्याकडून शास्त्रीय संगीताचे प्रशिक्षण देखील घेतले होते, परंतु उस्तादांच्या अकाली निधनामुळे ते अर्धवट राहिले.

१९३७ मध्ये, हेमंत कुमार यांची कोलंबिया लेबलखाली पहिली ग्रामोफोन रेकॉर्ड तयार झाली. या वरील गाणी (गैर-फिल्मी) "जाणिते जाडी गो तुमी" आणि "बालो गो बालो मोरे" होती ज्यांचे गीत नरेश भट्टाचार्य यांचे होते आणि संगीत शैलेश दत्तगुप्ता यांनी दिले होते. त्यानंतर, दरवर्षी हेमंताने १९८४ पर्यंत ग्रामोफोन कंपनी ऑफ इंडिया (GCI) साठी नॉन-फिल्मी गाणी रेकॉर्ड करणे सुरू ठेवले. GCI च्या कोलंबिया लेबलखाली १९४० मध्ये रिलीज झालेली "कितना दुख भुलाया तुमने" आणि "ओ प्रीत निभानेवाली" ही त्यांची पहिली हिंदी गाणी होती. या गाण्यांना कमल दासगुप्ता यांनी संगीत दिले होते; गीत फैयाज हाश्मी यांचे होते.

हेमंताचे पहिले चित्रपट गीत १९४१ मध्ये प्रदर्शित झालेल्या निमाई सन्यास या बंगाली चित्रपटात होते. संगीत हरिप्रसन्न दास यांनी दिले होते. त्यांची पहिली हिंदी चित्रपट गाणी १९४४ साली इरादा मध्ये. हेमंत हे रवींद्र संगीताचे अग्रगण्य प्रवर्तक मानले जातात. त्यांचे पहिले रेकॉर्ड केलेले रवींद्र संगीत बंगाली चित्रपट प्रिया बांधाबी (१९४४) मध्ये 'पाथेर शेष कोथाय ' हे गाणे होते.

संगीत दिग्दर्शक म्हणून त्यांचा पहिला चित्रपट १९४७ मधला बंगाली चित्रपट 'अभियात्री' होता. या काळात हेमंताने रेकॉर्ड केलेल्या अनेक गाण्यांना समीक्षकांनी

प्रशंसा मिळवून दिली असली, तरी १९४७ पर्यंत त्याला मोठे व्यावसायिक यश मिळाले नाही. बंगालीतील हेमंताचे काही समकालीन पुरुष गायक जगन्मय मित्रा, रॉबिन हे होते. मजुमदार, सत्य चौधरी, धनंजय भट्टाचार्य, सुधीरलाल चक्रवर्ती, बेचू दत्ता आणि तलत महमूद.

## कुटुंब

हेमंत कुमारना तीन भाऊ आणि एक बहीण होती. १९४५ मध्ये, हेमंत कुमारांनी बंगालमधील गायिका बेला मुखर्जी (मृत्यू २५ जून २००९) सोबत लग्न केले. बेलाने काशिनाथ (१९४३) या चित्रपटात पंकज मलिक यांच्या संगीत दिग्दर्शनाखाली काही लोकप्रिय गाणी गायली असली तरी, तिने लग्नानंतर तिची संगीत कारकीर्द सक्रियपणे सुरू ठेवली नाही. त्यांना दोन मुले होती: एक मुलगा, जयंत आणि एक मुलगी, राणू. रानू मुखोपाध्याय म्हणून राणूने १९६० च्या उत्तरार्धात आणि १९७० च्या दशकाच्या सुरुवातीस काही प्रमाणात मर्यादित यशासह संगीत कारकीर्द सुरू केली. जयंतने १९७० च्या दशकात लोकप्रिय असलेल्या भारतीय चित्रपट अभिनेत्री मौसमी चॅटर्जीशी लग्न केले.

## मुंबईत स्थलांतर

१९४० च्या दशकाच्या मध्यात, हेमंता इंडियन पीपल्स थिएटर असोसिएशन (IPTA) चे सक्रिय सदस्य बनले आणि त्यांनी आणखी एक सक्रिय IPTA सदस्य - गीतकार आणि संगीतकार सलील चौधरी यांच्या सहकार्यांने एक संघटना सुरू केली. १९४३ चा बंगालचा दुष्काळ आणि ते रोखण्यासाठी ब्रिटीश प्रशासन आणि श्रीमंत भारतीयांची निष्क्रियता ही आयपीटीएच्या स्थापनेमागील मुख्य प्रेरक शक्ती होती.

१९४७ मध्ये, हेमंताने "गण्यार बधू" ("ग्रामीण वधू") नावाचे एक गैर-फिल्मी गाणे रेकॉर्ड केले ज्यामध्ये सलील चौधरी यांचे संगीत आणि गीत होते. ७८ आरपीएम डिस्कच्या दोन बाजूंनी रेकॉर्ड केलेले सहा मिनिटांचे गाणे वेगवेगळ्या वेगाने गायले गेले आणि बंगाली गाण्याची परंपरागत रचना आणि रोमँटिक थीम नाही. यात एक सुंदर, समृद्ध आणि काळजी घेणाऱ्या ग्रामीण स्त्रीचे जीवन आणि कुटुंब आणि दुष्काळ आणि त्यानंतरच्या दारिद्र्यांमुळे ती कशी उद्ध्वस्त होते याचे चित्रण केले आहे. या गाण्याने हेमंता आणि सलील हे पूर्व भारतात प्रचंड लोकप्रिय झाले.

त्याच काळात, हेमंताला बंगाली चित्रपटांसाठी संगीत संयोजनासाठी अधिक असाइनमेंट मिळू लागल्या. काही दिग्दर्शक हेमेन गुप्ता यांच्यासाठी होत्या. हेमेन काही वर्षांनंतर मुंबईत आले तेव्हा त्यांनी हेमंताला फिल्मिस्तान बॅनरखाली आनंदमठ नावाच्या हिंदीतील त्याच्या पहिल्या चित्रपटासाठी संगीत तयार करण्यासाठी बोलावले. हेमंताने अशा रीतीने १९५१ मध्ये मुंबईत स्थलांतर केले आणि फिल्मिस्तान स्टुडिओमध्ये प्रवेश केला. आनंद मठ (१९५२) च्या संगीताला मध्यम यश मिळाले. कदाचित, या चित्रपटातील सर्वात उल्लेखनीय गाणे म्हणजे लता मंगेशकर यांनी गायलेले 'वंदे मातरम्' हे गाणे हेमंताने एक मार्चिंग ट्यूनवर सेट केले आहे. आनंदमठच्या पाठोपाठ, हेमंताने त्यानंतरच्या काही वर्षांत शर्त सारख्या काही फिल्मिस्तान चित्रपटांसाठी संगीत दिले. त्याच बरोबर, हेमंताने पार्श्वगायक म्हणून मुंबईत लोकप्रियता मिळवली. जाल (१९५२) ("ये रात ये चांदनी फिर कहाँ"), हाऊस नंबर 44 (१९५५) ("चुप है धरती" आणि "तेरी दुनिया में जीने से " यांसारख्या चित्रपटांमध्ये एस. डी. बर्मन यांच्या संगीत दिग्दर्शनाखाली अभिनेता देव आनंदसाठी त्यांची गाणी "), सोलवा साल (१९५८) ("है अपना दिल तो आवारा "), आणि बात एक रात की (१९६२) ("ना तुम हमे जानो") यांनी लोकप्रियता मिळवली. १९५० च्या दशकात, त्यांनी प्रदीप कुमार (नागिन, जासूस) आणि सुनील दत्त (दुनिया झुकती है) आणि नंतर १९६० च्या दशकात बिस्वजीत (बीस साल बाद, बिन बादल बरसात, कोहरा) आणि धर्मेंद्र (अनुपमा); या सर्व चित्रपटांचे ते संगीतकार होते.

१९५० च्या मध्यापर्यंत, हेमंताने एक प्रमुख गायक आणि संगीतकार म्हणून आपले स्थान मजबूत केले होते. बंगालमध्ये, ते रवींद्र संगीताच्या अग्रगण्य प्रवर्तकांपैकी एक होते आणि कदाचित सर्वात जास्त मागणी असलेले पुरुष गायक होते. मार्च १९८० मध्ये कलकत्ता येथे दिग्गज रवींद्र संगीत वादक देबब्रत बिस्वास (१९११-१९८०) यांना सन्मानित करण्यासाठी हेमंता मुखर्जी यांनी समारंभ आयोजित केला. मुंबईत पार्श्वगायनासह हेमंताने संगीतकार म्हणूनही वेगळे स्थान निर्माण केले. त्यांनी नागिन (१९५४) नावाच्या हिंदी चित्रपटासाठी संगीत दिले जे मुख्यत्वे त्याच्या संगीतामुळे मोठे यश मिळवले. नागिनची गाणी सलग दोन वर्षे चार्ट-टॉपर्स राहिली आणि हेमंताला १९५५ मध्ये प्रतिष्ठित फिल्मफेअर सर्वोत्कृष्ट संगीत दिग्दर्शकाचा पुरस्कार मिळाला. त्याच वर्षी, अभिनेते उत्तम कुमार. यामुळे हेमंता आणि उत्तम यांच्यात पार्श्वगायक-अभिनेता जोडी म्हणून दीर्घ भागीदारी सुरू झाली. पुढील दशकात बंगाली चित्रपटसृष्टीतील ते सर्वात लोकप्रिय गायक-अभिनेते जोडी होते.

## चित्रपट निर्मिती

१९५० च्या उत्तरार्धात, हेमंताने त्याच्या स्वत: च्या बॅनरखाली चित्रपट निर्मितीमध्ये प्रवेश केला: हेमंता-बेला प्रॉडक्शन्स. या बॅनरखालील पहिला चित्रपट मृणाल सेन दिग्दर्शित बंगाली चित्रपट होता, ज्याचे नाव होते नील आकाशर नीचे (१९५९). ही कथा भारताच्या स्वातंत्र्यलढ्याच्या पार्श्वभूमीवर कलकत्ता येथील एका चिनी रस्त्यावरील फेरीवाल्याच्या त्रासावर आधारित होती. चित्रपटाने राष्ट्रपती सुवर्ण पदक जिंकले. पुढच्या दशकात, हेमंताच्या निर्मिती संस्थेचे नाव बदलून गीतांजली प्रॉडक्शन ठेवण्यात आले आणि तिने बीस साल बाद, कोहरा, बीवी और मकान, फरार, राहगीर आणि खामोशी यांसारखे अनेक हिंदी चित्रपट तयार केले. या सर्वांचे संगीत हेमंताचे होते. पण बीस साल बाद आणि खामोशी यांनी त्यांना यशाच्या शिखरावर नेऊन ठेवले.

हेमंताने त्याच्या वेस्ट इंडिजच्या सहलीसह अनेक परदेशातील मैफिली दौरे केले. एकूणच, १९६० च्या दशकात त्यांनी बंगालमधील प्रमुख पुरुष गायक आणि हिंदी चित्रपटांमध्ये गणले जाणारे संगीतकार आणि गायक म्हणून आपले स्थान कायम ठेवले.

## नंतरचे करिअर

१९७० च्या दशकात हेमंतकुमार यांचे हिंदी चित्रपटांतील योगदान नाममात्र होते. त्याच वर्षी त्यांनी चित्रपट दिग्दर्शक कॉनरॅड रुक्सला प्रतिसाद देऊन हॉलीवूडमध्ये गेले आणि कॉनरॅडच्या "सिद्धार्थ"ला संगीत दिले आणि त्या चित्रपटात ओ नादिरे... हे गाणे संगीतबद्ध केले आणि गायले होते. हॉलिवूडमध्ये मध्ये पार्श्वगायन करणारे हेमंतकुमार हे पहिले भारतीय गायक होते. अमेरिकन सरकारने हेमंताला बाल्टिमोर, मेरीलँडचे नागरिकत्व बहाल करून त्यांचा गौरव केला; अमेरिकेचे नागरिकत्व मिळविणारे भारतातील पहिले गायक.

१९८० मध्ये, हेमंताला हृदयविकाराचा झटका आला ज्यामुळे त्यांच्या आवाजाच्या क्षमतेवर, विशेषत: श्वास नियंत्रणावर गंभीर परिणाम झाला. प्रख्यात वक्तृत्वकार गौरी घोष यांच्या १९९० च्या दशकाच्या सुरुवातीला रेकॉर्ड केलेल्या एका दूरचित्रवाणी मुलाखतीत, त्यांची पत्नी बेला मुखर्जी यांनी आठवण करून दिली की, त्यांच्या हयातीत त्यांनी किती व्यक्तींना आर्थिक मदत केली हे त्यांना माहीत नव्हते; त्यांच्या जाण्यानंतरच हे सत्य हळूहळू उलगडले.

१९८७ मध्ये, त्यांना पद्मभूषणसाठी नामांकन देण्यात आले होते, ते त्यांनी नम्रपणे नाकारले होते, १९७० च्या दशकात पद्मश्रीची ऑफर पण त्यांनी नाकारली होती. १९८४ मध्ये, संगीतमय प्रवासात ५० वर्षे पूर्ण केल्याबद्दल कलकत्ता येथील नेताजी इनडोअर स्टेडियममध्ये त्यांचा जाहीर सत्कार करण्यात आला. लता मंगेशकर यांनी चाहत्यांच्या वतीने त्यांना स्मृतिचिन्ह प्रदान केले. "श्रद्धांजली" या रेकॉर्ड मध्ये लता मंगेशकर यांनी हेमंत कुमार यांचे बद्दल असे म्हटले आहे की, ते गातात तेव्हा एखादा पुजारी मंदिरात बसून गात आहे असेच वाटते. आणि ते पटण्यासारखेच आहे.

सप्टेंबर १९८९ मध्ये त्यांनी ढाका, बांगलादेशला मायकल मधुसूदन पुरस्कार प्राप्त करण्यासाठी, तसेच एक मैफिल सादर करण्यासाठी प्रवास केला. या सहलीवरून परतल्यानंतर लगेचच २६ सप्टेंबर रोजी त्यांना हृदयविकाराचा आणखी एक झटका आला आणि दक्षिण कलकत्ता येथील एका नर्सिंग होममध्ये रात्री ११: १५ वाजता त्यांचे निधन झाले.


## पुरस्कार

* १९५६: फिल्मफेअर सर्वोत्कृष्ट संगीत दिग्दर्शक पुरस्कार: नागिन
* १९६३: BFJA सर्वोत्कृष्ट संगीत दिग्दर्शक पुरस्कार (हिंदी): "बीस साल बाद"
* १९६८: BFJA सर्वोत्कृष्ट संगीत दिग्दर्शक पुरस्कार: "बालिका बधू": जिंकला
* १९८५: मानद डी.लिट. विश्वभारती विद्यापीठाद्वारे
* १९८६: संगीत नाटक अकादमी पुरस्कार
* १९८९: मायकेल मधुसूदन पुरस्कार

# माझी काही आवडती गाणी

- मन डोले मेरा तन डोले - नागिन
- बेकरार करके हमें यु न जाईये - बीस साल बाद
- जरा नज़रों से कह दो जी - बीस साल बाद
- सपने सुहाने लडकपन के - बीस साल बाद
- कही दीप जले कही दिल - बीस साल बाद
- बिन बादल बरसात न होगी – बिन बादल बरसात
- जिंदगी कितनी खूबसूरत है – बिन बादल बरसात
- एक बार जरा फिर कह दो - बिन बादल बरसात
- ओ बेकरार दिल – कोहरा
- झूम झूम ढलती रात – कोहरा
- राह बनी खुद मंझिल - कोहरा
- मेरी बात रही मेरे मन मे - साहिब बीबी और गुलाम
- भंवरा बडा नादान हैं - साहिब बीबी और गुलाम
- न ये चांद होगा – शर्त

# १२
## किशोर कुमार

आभास कुमार गांगुली (जन्म ४ ऑगस्ट १९२९ - १३ ऑक्टोबर १९८७), किशोर कुमार नावाने ओळखले जातात. हे भारतीय पार्श्वगायक, अभिनेता, संगीत दिग्दर्शक, गीतकार, लेखक, दिग्दर्शक, निर्माता आणि पटकथा लेखक होते. ते भारतीय चित्रपट उद्योगातील सर्वात लोकप्रिय गायकांपैकी एक होते आणि सॉफ्ट नंबर्स ते पेप्पी ट्रॅक्स ते रोमँटिक मूड पर्यंत, वेगवेगळ्या शैलींमध्ये गायले.

हिंदी व्यतिरिक्त त्यांनी बंगाली, मराठी, आसामी, गुजराती, कन्नड, भोजपुरी, मल्याळम आणि उर्दूसह अनेक भारतीय भाषांमध्ये गाणी गायली. त्यांनी अनेक भाषांमध्ये खासकरून बंगालीमध्ये खाजगी अल्बममध्येही गाणी गायली. त्यांनी सर्वोत्कृष्ट पुरुष पार्श्वगायकासाठीचे ८ फिल्मफेअर पुरस्कार जिंकले आणि त्या श्रेणीतील सर्वाधिक फिल्मफेअर पुरस्कार जिंकण्याचा विक्रम त्याच्याकडे आहे. त्यांना १९८५-८६ मध्ये मध्य प्रदेश सरकारने "लता मंगेशकर पुरस्कार" प्रदान केला होता. १९९७ मध्ये, मध्य प्रदेश सरकारने हिंदी चित्रपटातील योगदानाबद्दल "किशोर कुमार पुरस्कार" नावाचा पुरस्कार सुरू केला. २०१२ मध्ये त्यांचे रिलीज न झालेले शेवटचे गाणे नवी दिल्लीतील ओसियन सिनेफॅन लिलावात रु. १५, ६०, ००० मध्ये विकले गेले.

# प्रारंभिक जीवन

किशोर कुमार यांचा जन्म बंगाली ब्राह्मण गांगुली कुटुंबात खंडवा, मध्य प्रदेशात झाला. त्यांचे वडील, कुंजलाल गांगुली (गंगोपाध्याय) एक वकील होते आणि त्यांची आई, गौरी देवी एका श्रीमंत बंगाली कुटुंबातून आल्या होत्या आणि त्या गृहिणी होत्या. कुंजलाल गंगोपाध्याय यांना खांडव्यातील गोखले कुटुंबाने त्यांचे वैयक्तिक वकील म्हणून आमंत्रित केले होते. किशोर हे चार भावंडांपैकी सर्वात लहान होते, अशोक (सर्वात मोठे), सती देवी आणि अनूप हे तिघे मोठे होते.

किशोर लहान असतानाच त्याचा भाऊ अशोक बॉलिवूड अभिनेता झाला. नंतर, अनूपने अशोकच्या मदतीने सिनेमातही प्रवेश केला. किशोर कुमारने इंदूरच्या ख्रिश्चन कॉलेजमधून पदवी मिळवली.

# करिअर

अशोक कुमार हिंदी चित्रपटांचे स्टार बनल्यानंतर गांगुली कुटुंबीय नियमितपणे मुंबईला येत होते. आभास कुमार यांनी त्यांचे नाव बदलून 'किशोर कुमार' असे ठेवले आणि बॉम्बे टॉकीज येथे कोरस गायक म्हणून त्यांच्या चित्रपट कारकिर्दीला सुरुवात केली, तिथेच त्यांचा भाऊ अशोक कुमार काम करत होता. किशोर कुमारचा पहिला चित्रपट शिकारी (१९४६) होता.संगीत दिग्दर्शक खेमचंद प्रकाश यांनी किशोर कुमार यांना जिद्दी (१९४८) चित्रपटासाठी "मरने की दुआएं क्यों मांगू" गाण्याची संधी दिली. यानंतर किशोर कुमार यांना इतर अनेक असाइनमेंट ऑफर करण्यात आल्या, परंतु ते चित्रपट कारकिर्दीबाबत फारसे गंभीर नव्हते. १९४९ मध्ये ते बॉम्बे येथे स्थायिक झाले. फणी मजुमदार दिग्दर्शित बॉम्बे टॉकीज चित्रपट आंदोलन (१९५१) मध्ये किशोर कुमार मुख्य भूमिकेत होते. भावाच्या मदतीने त्याला अभिनयाच्या काही असाइनमेंट मिळाल्या असल्या तरी त्याला गायक बनण्यातच जास्त रस होता. पण किशोर कुमारने त्याच्यासारखा अभिनेता व्हावा अशी अशोकची इच्छा होती. १९४६ ते १९५५ दरम्यान, किशोर कुमार २२ चित्रपटांमध्ये दिसले पण त्यापैकी १६ फ्लॉप झाले. लडकी, नौकरी, मिस मलेशिया, चार पैसे आणि बाप रे बाप यांसारख्या चित्रपटांच्या यशानंतरच किशोर कुमारला गांभीर्याने अभिनय करण्याची आवड निर्माण झाली, आणि १९५५ ते १९६६ दरम्यान मुख्य अभिनेता म्हणून त्याना यशस्वी चित्रपट मिळाले.

त्यांच्या कारकिर्दीच्या सुरुवातीच्या काळात, किशोर कुमारनी गायक के.एल. सैगल यांच्या गायन शैलीचे अनुकरण केले. कवी आणि संगीतकार रवींद्रनाथ टागोर यांच्याबद्दल त्यांना खूप आदर होता आणि टागोरांचा त्यांच्यावर फार मोठा प्रभाव

होताच. हॉलिवूड अभिनेता-गायक डॅनी के यांचे ते निस्सीम प्रशंसक होते. त्यांनी या तिन्ही व्यक्तिमत्त्वांची चित्रे त्यांच्या गौरी कुंज निवासस्थानी टांगली आणि दररोज त्यांच्यासमोर नियमितपणे नतमस्तक होत असत.

त्याच्या नंतरच्या कारकिर्दीत, कुमार हे पार्श्वगायक अहमद रुश्दी यांच्या मुळेही खूप प्रभावित झाले होते आणि रुश्दीबद्दल त्यांची आवड इतकी होती की किशोर कुमारने लंडनमधील रॉयल अल्बर्ट हॉलमध्ये त्यांची काही गाणी गाऊन त्यांना श्रद्धांजली वाहिली होती.

किशोर कुमारने त्यांच्या अनेक गाण्यांमध्ये योडेलिंगचा समावेश केला आहे; तुम बिन जाऊ कहां, जिंदगी एक सफर है सुहाना आणि चला जाता हूं. ही शैली अखेरीस त्याच्या गायनाचे एक वैशिष्ट्य बनले आणि ते जिमी रॉजर्स आणि टेक्स मॉर्टन यांच्याकडून प्रेरित होते.

किशोर कुमार यांनी बिमल रॉय यांच्या नौकरी (१९५४) आणि हृषिकेश मुखर्जी दिग्दर्शित मुसाफिर (१९५७) मध्ये काम केले. किशोर कुमारकडे संगीताचे कोणतेही औपचारिक प्रशिक्षण नाही म्हणून संगीत दिग्दर्शक सलील चौधरी यांनी सुरुवातीला किशोर कुमार यांना गायक म्हणून नाकारले होते. तथापि, किशोर कुमारचा आवाज ऐकल्यानंतर त्यांनी छोटा सा घर होगा हे गाणे दिले.

किशोर कुमारच्या व्यावसायिकदृष्ट्या यशस्वी चित्रपटांमध्ये लडकी (१९५३), नौकरी (१९५४), बाप रे बाप (१९५५), पैसा ही पैसा (१९५६), नवी दिल्ली (१९५६), नया अंदाज (१९५६), भागम भाग (१९५६), भाई यांचा समावेश होता. भाई (१९५६), आशा (१९५७), चलती का नाम गाडी (१९५८), दिल्ली का ठग (१९५८), जालसाज (१९५९), चाचा जिंदाबाद (१९५९), झुमरू (१९६१), बॉम्बे का चोर (१९६२), मनमौजी (१९६२), हाफ तिकीट (१९६२), एक राज (१९६३), मिस्टर एक्स इन बॉम्बे (१९६४), गंगा की लहरें (१९६४), श्रीमान फंटूश (१९६५), हम सब उस्ताद है (१९६५), हाल ए दिल, प्यार किये जा (१९६६), आणि पडोसन (१९६८). एक अभिनेता म्हणून, त्यांचा सर्वोत्तम काळ १९५४ ते १९६६ दरम्यान होता. माला सिन्हा, वैजयंतीमाला, नूतन, मधुबाला आणि कुमकुम या अभिनेत्रींसोबतच्या त्यांच्या ऑनस्क्रीन जोडीने त्यांच्या कारकिर्दीतील सर्वात जास्त हिट चित्रपट दिले.

चलती का नाम गाडी (१९५८), त्याच्या होम प्रोडक्शनमध्ये गांगुली बंधू आणि मधुबाला यांच्या मुख्य भूमिका होत्या. किशोर कुमारने एका कार मेकॅनिकची भूमिका केली ज्याचे शहरातील एका मुलीवर (मधुबाला) प्रेम आहे. हाफ तिकीट चित्रपटातील एका गाण्यासाठी - "आके सीधी लगी दिल पे" - संगीत दिग्दर्शक सलील चौधरी यांच्या मनात एक युगल गीत होते आणि ते गाणे कुमार आणि लता

मंगेशकर यांनी गावे अशी त्यांची इच्छा होती. तथापि, लता मंगेशकर शहरात नसल्यामुळे आणि सलील चौधरी यांना ते गाणे परत येण्यापूर्वी रेकॉर्ड करावे लागले, किशोर कुमारने गाण्याचे स्त्री आणि पुरुष दोन्ही भाग स्वतः गाऊन समस्या सोडवली. पडद्यावर स्त्रीच्या वेशात दिसणारे प्राण आणि कुमार यांच्यासाठी हे युगल गीत आहे. त्याने स्त्री आणि पुरुष अशा दोन्ही आवाजात वाखाणण्याजोगे चांगले गायन केल्यामुळे ते चांगले झाले.

एस.डी. बर्मन यांनी देव आनंदच्या मुनिमजी (१९५४), टॅक्सी ड्रायव्हर (१९५४), हाऊस नंबर 44 (१९५५), फंटूश (१९५६), नौ दो ग्याराह (१९५७), पेइंग गेस्ट (१९५७), गाईड (१९६५) ज्वेल थीफ (१९६७), प्रेम पुजारी (१९७०), आणि तेरे मेरे सपने (१९७१) साठी किशोर कुमारचा आवाज रेकॉर्ड केला. त्यांनी किशोर कुमारच्या होम प्रॉडक्शन चलती का नाम गाडी (१९५८) साठी संगीतही दिले. पेइंग गेस्ट (१९५७) मधील "माना जनाब ने पुकारा नहीं", नौ दो ग्यारह (१९५७) मधील "हम हैं राही प्यार के", फंटूश (१९५६) मधील "ए मेरी टोपी पलट के आ" आणि चलती का नाम गाडी मधील एक लडकी भीगी भागी सी. आशा भोसले आणि किशोर कुमार यांनी पेइंग गेस्ट (१९५७) मधील "छोड दो आंचल", नौ दो ग्यारह (१९५७) मधील "आँखों में क्या जी", "हाल कैसा है जनाब का" आणि "पांच रुपैया बारा आना" चलती का नाम गाडी (१९५८) आणि तीन देवियां (१९६५) मधील "अरे यार मेरी तुम भी हो गजब" मधील युगल गीते सादर केली.

गायक म्हणून, किशोर कुमार यांनी या काळात अनेक संगीत दिग्दर्शकांसोबत केलेल्या कामात "ये रातें ये मौसम" आणि "दिल्ली का ठग" मधील "हम तो मोहब्बत करेगा", बाप रे बाप मधील "पिया पिया पिया मोरा जिया", बॉम्बे का चोर मधील "हॅलो हॅलो जी" यांचा समावेश आहे. बेवकूफ मधील "माइकल है तो सायकल है", चाचा जिंदाबाद मधील "ए हसीनो नाज़नीनो", मनमौजी मधील "जरूरत है जरूरत है", तीन देविया मधील "लिखा है तेरी आँखों में", "सुनो जाना सुनाओ"", हम सब उस्ताद है मधील "प्यार बाटते चलो" आणि "क्या तेरी जुल्फे है", बॉम्बे मधील मिस्टर एक्स मधील "खूबसूरत हसीना", गाईड मधील "गाता रहे मेरा दिल", श्रीमान फंटूश मधील "सुलताना सुलताना", गंगा की लहरें मधील "मचलती हुई", जालसाज मधील "मेरा दिल मेरी जान" आणि "प्यार का जहाँ हॉटेल" आणि ज्वेल थीफ मधील "ये दिल ना होता बेचारा" ही गाणी पण चांगलीच गाजली.

किशोर कुमार यांनी झुमरू (१९६१) साठी संगीत दिले आणि चित्रपटाच्या शीर्षक गीत "मैं हूं झुमरू" साठी गीत पण लिहिले. नंतर, त्यांनी दूर गगन की छांव

में (१९६४) ची निर्मिती आणि दिग्दर्शन केले. तसेच चित्रपटाची पटकथा आणि संगीताची जबाबदारी पण घेतली. १९६५ नंतर त्याचे चित्रपट वारंवार फ्लॉप झाले आणि ते आयकर संकटात पण सापडले.

भारतीय आणीबाणी (१९७५-१९७७) दरम्यान, संजय गांधी यांनी किशोर कुमार यांना मुंबईतील भारतीय राष्ट्रीय काँग्रेसच्या रॅलीसाठी गाण्यास सांगितले, परंतु त्यांनी नकार दिला. परिणामी, माहिती आणि प्रसारण मंत्री विद्या चरण शुक्ला (१९७५-१९७७) यांनी ४ मे १९७६ ते आणीबाणी संपेपर्यंत राज्य प्रसारक ऑल इंडिया रेडिओ आणि दूरदर्शनवर किशोर कुमार यांची गाणी वाजवण्यास अनधिकृतपणे बंदी घातली.

सप्टेंबर १९८७ पर्यंत, किशोर कुमार यांनी निवृत्त होण्याचा निर्णय घेतला. ते त्यांच्या जन्मस्थानी खंडवा येथे परतायचा विचार करत होते.

१३ ऑक्टोबर १९८७ रोजी—(त्यांचा भाऊ अशोक कुमार यांच्या ७६व्या वाढदिवशी)—मुंबईत दुपारी ४:४५ वाजता हृदयविकाराच्या झटक्याने त्यांचे निधन झाले. त्यांचे पार्थिव अंत्यसंस्कारासाठी खांडवा येथे नेण्यात आले. किशोर कुमारने त्यांचे शेवटचे गाणे, "गुरु गुरु" रेकॉर्ड केले होते— त्यांच्या मृत्यूच्या आदल्या दिवशी बप्पी लाहिरी यांनी मिथुन चक्रवर्ती आणि श्रीदेवी यांच्यासाठी संगीतबद्ध केलेले वक्त की आवाज (१९८८) या चित्रपटासाठी आशा भोसले यांच्यासोबतचे युगलगीत.

त्यांच्या स्मरणार्थ मध्य प्रदेश सरकारने खांडव्याच्या सीमेवर एक स्मारक उभारले आहे. हे लोकांसाठी खुले आहे आणि कमळाच्या आकाराच्या संरचनेत त्यांचा पुतळा आहे. त्यात त्यांना समर्पित मिनी-थिएटर आणि संग्रहालय देखील आहे. त्यांच्या जयंती आणि पुण्यतिथीला दरवर्षी एक कार्यक्रम आयोजित केला जातो आणि बरेच चाहते त्यात सहभागी होतात. या दिवशी मिनी थिएटरमध्ये त्यांचे चित्रपट प्रदर्शित होतात.

## वैयक्तिक जीवन

किशोर कुमार यांनी चार विवाह केले. त्यांची पहिली पत्नी बंगाली गायिका आणि अभिनेत्री रुमा गुहा ठाकुर्ता उर्फ रुमा घोष होती. त्यांचा विवाह १९५० ते १९५८ पर्यंत टिकला. त्यांची दुसरी पत्नी अभिनेत्री मधुबाला होती, जिने त्यांच्या होम प्रोडक्शन चलती का नाम गाडी (१९५८) आणि झुमरू (१९६१) यासह अनेक चित्रपटांमध्ये त्यांच्यासोबत काम केले होते. जेव्हा किशोर कुमारने तिला प्रपोज केले तेव्हा मधुबाला आजारी होती आणि उपचारासाठी लंडनला जाण्याचा विचार करत होती. तिला

वेंट्रिक्युलर सेप्टल डिफेक्ट (हृदयात छिद्र) होते आणि त्याचे लग्न रुमाशी झाले होते. घटस्फोटानंतर, १९६० मध्ये या जोडप्याने नागरी विवाह केला. मधुबालाच्या उर्वरित आयुष्यात ते खूप तणावाखाली होते. २३ फेब्रुवारी १९६९ रोजी मधुबालाच्या मृत्यूने त्यांचा विवाह संपुष्टात आला. किशोर यांचे तिसरे लग्न योगिता बाली यांच्याशी झाले आणि ते १९७६ ते ४ ऑगस्ट १९७८ पर्यंत टिकले. १९८० पासून ते मृत्यू होईपर्यंत किशोर कुमार यांचे लीना चंदावरकर यांच्याशी लग्न झाले होते. त्यांना दोन पुत्र होते, रुमासोबत अमित कुमार आणि लीना चंदावरकर यांच्यासोबत सुमित कुमार.

रेकॉर्डिंग दरम्यान, त्याच्या सेक्रेटरीने निर्मात्याने पेमेंट केल्याची खात्री केल्यानंतरच तो गात असे. एकदा, जेव्हा त्याला समजले की त्याची थकबाकी पूर्णपणे भरली गेली नाही, तेव्हा तो त्याच्या चेहऱ्याच्या एका बाजूला मेकअप करून सेटवर गेला. जेव्हा दिग्दर्शकाने त्याला त्याबद्दल विचारले तेव्हा त्याने "आधा पैसा तो आधा मेकअप" असे उत्तर दिले. भाई भाईच्या सेटवर, कुमारने अभिनय करण्यास नकार दिला कारण दिग्दर्शक एम व्ही रमण यांनी त्याच्याकडे ₹ ५,००० देणे बाकी होते.आणखी एका प्रसंगी, जेव्हा वारंवार स्मरण करूनही निर्माता आर.सी. तलवार यांनी थकबाकी दिली नाही, तेव्हा किशोर कुमार रोज सकाळी तलवार यांच्या घरी "अरे तलवार, दे मेरे आठ हजार" असे ओरडत जात असत.

अनेक पत्रकार आणि लेखकांनी किशोर कुमारच्या विक्षिप्त वर्तनाबद्दल लिहिले आहे. त्याने त्याच्या वॉर्डन रोडच्या बंगल्याच्या गेटवर "किशोरपासून सावध राहा" असा बोर्ड लावला होता, असे म्हणतात. एका घटनेनुसार, एकदा किशोरकुमार निर्माता-दिग्दर्शक जी.पी. सिप्पी यांच्यासाठी गाणे रेकॉर्ड करणार होते. सिप्पी त्यांच्या बंगल्याजवळ आले तेव्हा त्यांना किशोरकुमार त्याच्या कारमधून बाहेर जाताना दिसला. सिप्पी यांनी किशोरकुमारला गाडी थांबवायला सांगितली पण त्याने वेग वाढवला. सिप्पीने त्याचा मढ बेटापर्यंत पाठलाग केला जिथे किशोरकुमारने शेवटी उध्वस्त झालेल्या किल्ल्याजवळ त्याची कार थांबवली. जेव्हा सिप्पीने त्याच्या विचित्र वागण्याबद्दल विचारले तेव्हा किशोरकुमारने त्याला ओळखण्यास किंवा बोलण्यास नकार दिला.

भारताच्या २०१६ च्या स्टॅम्पवर किशोरकुमार

त्यांनी संगीत दिलेल्या गाण्यांपेक्षा गायलेल्या गाण्याची संख्याच जास्त आहे.

# किशोरकुमारने संगीत दिलेली माझी काही आवडती गाणी

- आ चल के तुझे मैं ले के चलूं - दूर गगन की छाव में
- कोई लौटा दे मेरे, बीते हुए दिन - दूर गगन की छाव में
- बेक़रार दिल तू गाये जा - दूर का राही
- चलती चली जाये, ज़िंदगी की डगर - दूर का राही
- मैं हूँ झुम झुम झुम झुम झुमरू - झुमरू
- कोई हमदम न रहा – झुमरू
- ठण्डी हवा ये चाँदनी सुहानी - झुमरू

# १३
# रवी

रविशंकर शर्मा (३ मार्च १९२६ - ७ मार्च २०१२), यांना रवी म्हणूनच ओळखले जाते. ते एक भारतीय संगीत दिग्दर्शक होते, ज्यांनी अनेक हिंदी आणि मल्याळम चित्रपटांसाठी संगीत दिले होते. हिंदी चित्रपटसृष्टीतील यशस्वी कारकीर्दीनंतर, त्यांनी १९८६ मध्ये ब्रेक घेतला आणि बॉम्बे रवी या नावाने मल्याळम संगीताच्या क्षेत्रात यशस्वी पदार्पण केले.

## चरित्र

रवी यांचा जन्म ३ मार्च १९२६ रोजी दिल्लीत झाला. त्यांना शास्त्रीय संगीताचे कोणतेही औपचारिक प्रशिक्षण मिळाले नव्हते; त्याऐवजी त्यांनी वडिलांना भजने गाताना ऐकून संगीत शिकले. तसेच हार्मोनियम आणि इतर शास्त्रीय वाद्ये वाजवायला शिकले आणि त्यांच्या कुटुंबाचा उदरनिर्वाह करण्यासाठी इलेक्ट्रिशियन म्हणून काम केले. १९५० मध्ये त्यांनी मुंबईला जाऊन व्यावसायिक गायक होण्याचा निर्णय घेतला. मुंबईतील सुरुवातीचे दिवस फार कष्टाचे गेले. राहायला जागा पण नव्हती.

१९५२ मध्ये, हेमंत कुमार यांनी रवीचा शोध लावला आणि त्याला आनंद मठ या चित्रपटातून वंदे मातरममध्ये पार्श्वगायन करण्यासाठी घेतले. रवीने अनेक हिट गाणी दिली आणि या चित्रपटांसाठी फिल्मफेअर नामांकन मिळाले: चौदहवी का चांद (१९६०), घराना (१९६१), दो बदन (१९६६), हमराज (१९६७), आंखे (१९६८) आणि निकाह (१९८२). आणि खानदान (१९६५) साठी त्यांनी फिल्मफेअर पुरस्कार जिंकले. त्यांच्या इतर यशस्वी चित्रपटांमध्ये वक्त, नील कमल आणि गुमराह यांचा समावेश आहे. आज मेरे यार की शादी है, बाबुल की दुआएं लेती जा, डोली चढ के

दुल्हन ससुराल चली आणि मेरा यार बना है दुल्हा ही त्यांची गाणी लग्नसोहळ्यात खूप लोकप्रिय झाली.

रवी यांनी "चौदहवी का चांद हो," या एकाच गाण्याला जरी संगीत दिले असते तरी ते इतकेच प्रसिद्ध झाले असते, असे मला वाटते.

तोरा मन दर्पण, आगे भी जाने ना तू आणि सुन ले पुकार आई या गाण्यांनी आशा भोसले यांच्या कारकिर्दीला आकार देणारे रवी हे संगीत दिग्दर्शकांपैकी एक होते. महेंद्र कपूर यांना बॉलीवूडमधील लोकप्रिय गायक बनवण्यातही त्यांचा मोलाचा वाटा होता. १९८२ मध्ये, त्यांनी निकाह या हिंदी चित्रपटासाठी संगीत दिले आणि या चित्रपटातील एक गाणे "दिल के अरमान" साठी सलमा आगा यांना फिल्मफेअरचा सर्वोत्कृष्ट पार्श्वगायन पुरस्कार मिळाला.

१९८० च्या दशकात त्यांनी मल्याळम (आणि काही हिंदी) चित्रपटांमध्ये बॉम्बे रवी म्हणून संगीत दिग्दर्शक म्हणून पुनरागमन केले. १९८६ च्या दरम्यान, मल्याळम दिग्दर्शक हरिहरन यांनी त्यांना पुनरागमन करण्यास राजी केले.पहिला चित्रपट होता पंचाग्नी. सागरंगले आणि आ रात्रि मंजू पोयी (येसुदास आणि चित्रा यांनी गायलेली) ही गाणी हिट झाली. त्याच वर्षी हरिहरनचे नखक्षथंगलही आले आणि चित्राला त्याच चित्रपटातील मंजलप्रसादवुम या गाण्यासाठी दुसरा राष्ट्रीय पुरस्कार मिळाला. १९८९ मध्ये प्रदर्शित झालेल्या वैसाली या मल्याळम चित्रपटातील सर्व गाणी सुपरहिट ठरली आणि चित्राला त्याच चित्रपटातील इंदुपुष्पम चुडी निलकुम या गाण्यासाठी तिसरा राष्ट्रीय पुरस्कार मिळाला.

चोप्रा बंधूंसोबत रवीचे सर्वात उल्लेखनीय काम आहे. गुमराहमधून त्यांनी गीतकार साहिर लुधियानवी यांच्यासोबत सतत काम केले. वक्त, हमराझ, आदमी और इंसान, धुंद, निकाह आणि देहलीज हे त्याच्या सर्वकालीन हिट चित्रपटांपैकी एक होते ते साहिरसोबत त्यांची जोडी छान जमली. आणि आज और कल, काजल, आँखें, नीलकमल, दो कलियां, अमानत, गंगा तेरा पानी अमृत, एक महल हो सपना का या चित्रपटांसाठीही साहिरच्या गाण्यांना सुमधुर संगीत दिले.

## वैयक्तिक जीवन

रवीची पत्नी कांती, जिच्याशी त्यांनी १९४६ मध्ये लग्न केले, पण त्या दुर्दैवाने १९८६ मध्ये मरण पावल्या. त्यांना दोन मुली वीणा आणि छाया आणि एक मुलगा अजय आहे. त्यांचा विभक्त झालेला मुलगा अजय याचा विवाह वर्षा उसगावकर यांच्याशी

झाला आहे, ती मराठी आणि हिंदी चित्रपट अभिनेत्री आहे. ७ मार्च २०१२ रोजी मुंबईत वयाच्या ८६ व्या वर्षी रवी यांचे निधन झाले.

## पुरस्कार

* सर्वोत्कृष्ट संगीत दिग्दर्शनासाठी राष्ट्रीय चित्रपट पुरस्कार (१९९५), परिणयम, सुकृतम
* सर्वोत्कृष्ट संगीत दिग्दर्शकासाठी केरळ राज्य चित्रपट पुरस्कार (१९८६, १९९२), नखक्षथंगल, सरगम
* सर्वोत्कृष्ट पार्श्वसंगीत (१९९३), गझलसाठी केरळ राज्य चित्रपट पुरस्कार
* सर्वोत्कृष्ट संगीत दिग्दर्शकासाठी फिल्मफेअर पुरस्कार - मल्याळम परिणयम - १९९४
* सर्वोत्कृष्ट संगीत दिग्दर्शकासाठी फिल्मफेअर पुरस्कार, (१९६२, १९६६), घराना, खानदान
* संस्कृती कलाश्री पुरस्कार (२००६-०७), चेन्नई, तामिळनाडू

## फिल्मोग्राफी

### तेलुगु
* सारिगामालू (१९९४)

### हिंदी

हिंदी चित्रपटातील गाण्यांच्या अनेक हिट ट्यून्स रवीच्या नावावर आहेत. त्यांचे संगीत नंतरच्या काळातील संगीत दिग्दर्शकांनाही प्रेरणा देणारे ठरले.

* १९५५ - अलबेली, वचन १९५७ - एक साल, नरसी भगत १९५८ - दिल्ली का ठग, दुल्हन, घर संसार, मेहंदी
* १९५९ - चिराग कहाँ रोशनी कहां, नई राहें १९६० - अपना घर, चौदहवी का चाँद, घुंगट, तू नहीं और सही
* १९६१ - मॉडर्न गर्ल, घराणा, नजराना, प्यार का सागर, वॉंटेड, सलाम मेमसाहेब,
* १९६२ - चायना टाउन, बाजे घुंगरू, राखी, टॉवर हाउस, गर्ल्स हॉस्टेल, इसी का नाम दुनिया है, बॉम्बे का चोर

- १९६३ - आज और कल, गेहरा दाग, गुमराह, प्यार का बंधन, नर्तकी, उस्तादों के उस्ताद, ये रास्ते हैं प्यार के, भरोसा, मुलझिम, प्यार किया तो डरना क्या, ग्रहस्ती, कौन अपना कौन पराया,
- १९६४ - दूर की आवाज, शहनाई, १९६५ - काजल, खानदान, वक्त, बहू बेटी,
- १९६६ - दो बदन, दस लाख, फूल और पत्थर, सगाई, ये जिंदगी कितनी हसीन है,
- १९६७ - औरत, हमराज, मेहरबान, नई रोशनी
- १९६८ - आंखे, दो कलिया, गौरी, मन का मीत, नील कमल,
- १९६९ - पैसा या प्यार, आदमी और इंसान, अनमोल मोती, बडी दीदी, डोली, एक फूल दो माली
- १९७० - समाज को बदल डालो १९७१ - चिंगारी, १९७२ - बाबुल की गलियाँ, धडकन, नाग पंचमी
- १९७३ - धुंद, मेहमान, १९७४ – घटना, उम्मीद १९७५ - एक महल हो सपनों का, वंदना
- १९७७ - अमानत, आदमी सडक का, १९८० - प्रेमिका, १९८२ - निकाह
- १९८४ - मुझे शक्ती दो, आज की आवाज, हम दो हमारे दो १९८५ - तवायफ
- १९८६ - दहलीझ, खामोश निगाहे, तनहा तनहा १९८७ - अवाम, घर का सुख, मेरा सुहाग,
- २००३ - एक अलग मौसम
- मल्याळम (बॉम्बे रवी या नावाने) १९८६ ते २००५ १५ चित्रपट

# १४
# सलील चौधरी

सलील चौधरी; (१९ नोव्हेंबर १९२५ -
५ सप्टेंबर १९९५) हे संगीत दिग्दर्शक,
गीतकार, लेखक आणि कवी होते. त्यांनी
प्रामुख्याने बंगाली, हिंदी आणि मल्याळम
चित्रपटांसाठी रचना केली होती. त्यांनी
१३ भाषांमधील चित्रपटांना संगीत दिले.
यामध्ये ७५ हून अधिक हिंदी चित्रपट,
४१ बंगाली चित्रपट, सुमारे २७ मल्याळम
चित्रपट आणि काही मराठी, तमिळ, तेलगू
कन्नड, गुजराती, ओरिया आणि आसामी
चित्रपटांचा समावेश आहे.

सलील चौधरी यांनी संगीत दिलेला पहिला बंगाली चित्रपट १९४९ मध्ये
प्रदर्शित झालेला "परिवर्तन" हा होता. १९९४ मध्ये प्रदर्शित झालेला "महाभारती"
हा बंगाली चित्रपटांपैकी शेवटचा चित्रपट होता. त्यांचे चाहते त्यांना प्रेमाने
सलिलदा म्हणतात.

## करिअर
सलील चौधरी यांचा जन्म पश्चिम बंगालमधील दक्षिण २४ परगणा येथील गाजीपूर
नावाच्या गावात झाला. त्यांचे बालपण आसाममधील चहाच्या बागेत गेले. त्यांचे
वडील चहाच्या मळ्यांवर काम करणाऱ्या लोकांसोबत नाटके करत असत. त्यांनी
डी.व्ही.ए.एस. हायस्कूलमध्ये शिक्षण घेतले आणि कोलकाता येथील कलकत्ता
विद्यापीठाशी संलग्न असलेल्या बंगबासी कॉलेजमधून पदवी प्राप्त केली आणि या
काळात त्यांच्या संगीत कल्पनांबरोबरच त्यांचे राजकीय विचारही तयार झाले.

शालेय वयातच त्यांना संगीताची आवड होती. वयाच्या ६ व्या वर्षीच मोठ्या भावाकडून पियानो वाजवायला शिकले. कॉलेजमध्ये असताना त्यांनी ट्यून तयार करायला सुरुवात केली. १९४३ मध्ये त्यांनी शेतकरी चळवळीसाठी गाणी लिहायला सुरुवात केली. १९४४ मध्ये, एमएचे शिक्षण घेत असताना, त्यांनी कलकत्त्याच्या रस्त्यावर लोक मरताना पाहिले, कारण ब्रिटिशांनी निर्माण केलेल्या दुष्काळात ५० लाख बंगाली मरण पावले. यामुळे ते पूर्णपणे शेतकरी चळवळीत सामील झाले आणि ते इप्टा आणि कम्युनिस्ट पक्षाचे पूर्णवेळ सदस्य बनले. त्यानंतर, त्याच्या नावावर अटक वॉरंट जारी करण्यात आले आणि ते भूमिगत झाले. या काळातही त्यांनी नाटके आणि गाणी लिहिणे चालू ठेवले.

१९४४ मध्ये, पदवी शिक्षणासाठी ते कलकत्त्याला आले आणि भारतीय कम्युनिस्ट पक्षाच्या सांस्कृतिक शाखा IPTA (इंडियन पीपल्स थिएटर असोसिएशन) मध्ये सामील झाले. त्यांनी गाणी लिहिण्यास सुरुवात केली. इप्टा थिएटर आउटफिटने खेडोपाडी आणि शहरांतून ही गाणी सर्वसामान्यांपर्यंत पोहोचवली. गाणी त्याकाळी सर्वसामान्य लोकांमध्ये प्रचंड लोकप्रिय झाली.

त्यावेळच्या पश्चिम बंगालमधील जवळजवळ प्रत्येक उल्लेखनीय गायकाने त्यांचे किमान एक तरी गाणे गायले होते. देबब्रत बिस्वास, हेमंता मुखर्जी, श्यामल मित्रा, संध्या मुखर्जी, मानवेंद्र मुखर्जी, सुबीर सेन आणि प्रतिमा बॅनर्जी ही काही उदाहरणे आहेत.

## चित्रपट कारकीर्द

१९५३ मध्ये मुंबईत ते योगायोगानेच आले. बिमल रॉय यांच्या दो बिघा जमीन (१९५३) साठी संगीत दिग्दर्शक म्हणून हिंदी चित्रपटसृष्टीत पदार्पण केले. हा चित्रपट टागोरांच्या याच नावाच्या कवितेवर आधारित होता, पण कथा वेगळी होती आणि ती सलील चौधरी यांनीच लिहिली होती. बिमल रॉय दिग्दर्शित, या चित्रपटाने त्यांच्या कारकिर्दीला नवीन उंचीवर नेले आणि फिल्मफेअर सर्वोत्कृष्ट चित्रपट पुरस्कार जिंकणारा पहिला चित्रपट बनला. याशिवाय कान्स चित्रपट महोत्सवात आंतरराष्ट्रीय पारितोषिक जिंकले.

कवी, नाटककार, लघुकथा लेखक, सलील यांनी १९६६ मध्ये मीना कुमारी, बलराज सहानी आणि मेहमूद यांच्या स्वतःच्या कथा आणि पटकथेवर आधारित "पिंजरे के पंछी" या चित्रपटाचे दिग्दर्शनही केले होते. सलील चौधरी हे बॉम्बे यूथ कॉयरचे संस्थापक होते.

## वैयक्तिक जीवन

सलील चौधरी यांचा विवाह चित्रकार ज्योती चौधरी यांच्याशी जुलै १९५३ मध्ये झाला होता. त्यांना तीन मुली होत्या - अलोका, तुलिका आणि लिपिका. नंतर त्यांनी गायिका सबिता चौधरी हिच्याशी लग्न केले. ह्या जोडप्याला सुकांता आणि संजय हे दोन मुलगे आणि अंतरा आणि संचारी या दोन मुली होत्या. संजय चौधरी हे एक यशस्वी संगीतकार आहेत आणि त्यांनी १०० हून अधिक वैशिष्ट्यपूर्ण चित्रपटांना संगीत दिले आहे. सबिता चौधरी या दिग्गज गायिका होत्या आणि त्यांची मुलगी अंतरा चौधरी देखील एक प्रसिद्ध गायिका होती.

सलील चौधरी एकदा अमेरिकेत असताना सतार खरेदी करायला एका दुकानात गेले, साधारण १९५८ मध्ये.त्यांनी शेल्फात सर्वात वर असलेली सतार काढायला तिथे काम करणाऱ्या मुलीला काढायला सांगितली. ती काढणं जरा अवघड होतं म्हणून ती मुलगी जरा कां कूं करत होती. पण तेवढ्यात तिथे दुकानाचा मालक आला. त्याने ती सतार काढून दिली. सलील चौधरी म्हणाले मी वाजवून पाहू का. मालक म्हणाला हिला आम्ही बॉस सतार म्हणतो आणि आतापर्यंत फक्त रवी शंकरच वाजवू शकले आहेत. पण त्यांनी सतार वाजवायला सुरुवात केल्यावर रस्त्यावरून जाणारे येणारे सुद्धा थांबून ऐकू लागले. वाजवून झाल्यावर सर्वजण आश्चर्य चकित झाले होते.त्या मुलीच्या डोळ्यात तर अश्रूच उभे राहिले. दुकानदार म्हणाला ही सतार मी तुम्हाला बक्षीस देत आहे. मुलीने एक डॉलर ची नोट त्यांना दिली व त्यावर त्यांचे नाव लिहायला सांगितले.ती नाव लिहिलेली नोट तिने कायमची जवळ बाळगली. ह्या सतारीच्या वापर त्यांनी परख चित्रपटातील गाण्यांसाठी केला.

त्यांच्या संगीतात पौर्वात्य आणि पाश्चात्य संगीत परंपरांचे मिश्रण होते. त्यांच्या वडिलांना मोठ्या संख्येने पाश्चात्य शास्त्रीय रेकॉर्ड्स आणि ग्रामोफोन आयरिश डॉक्टरकडून मिळाल्या. त्यामुळे लहानगा सलील मोझार्ट, बीथोव्हेन, त्चैकोव्स्की, चोपिन आणि इतरांचे संगीत दररोज ऐकत असताना, त्याचे दैनंदिन जीवन जंगलातील आवाज, पक्ष्यांचा किलबिलाट, बासरीचा आवाज आणि आसामचे स्थानिक लोक-संगीत यांनी वेढलेले होते. याचा सलीलवर कायमचा ठसा उमटला. ते स्वतः एक निष्णात बासरीवादक होते पण त्यांचे आवडते संगीतकार मोझार्ट होते. ते एकदा विनोदाने म्हणाले की मीच मागच्या जन्मी मोझार्ट होतो. त्यांच्या रचनांमध्ये भारतीय शास्त्रीय रागांवर आधारित लोकसंगीत किंवा रागांचा वापर केला जात असे.

सलील चौधरी एक संगीतकार असल्याने त्यांनी त्यांच्या ऑर्केस्ट्रा मधील गिटारवादकाची प्रतिभा ओळखली. तो गिटार वादक होता इलैयाराजा. (तेलगू आणि तामिळ चित्रपटांचे नावाजलेले संगीतकार आहेत). आर.के. शेखर हे ए.आर. रहमानचे वडील, सलील चौधरी यांचे दक्षिण भारतीय चित्रपट संगीतासाठी composer होते. रहमानने एकदा सांगितले होते की सलील चौधरी यांनी आयोजित केलेल्या संगीत सत्रांमुळे त्यांच्या संगीतावर खूप प्रभाव पडला होता.

"द सलील चौधरी फाऊंडेशन ऑफ म्युझिक, सोशल हेल्प अँड एज्युकेशन ट्रस्ट" ची २००२ मध्ये पत्नी सबिता चौधरी आणि दिवंगत संगीतकाराची मुलगी अंतरा चौधरी यांनी सलील चौधरी यांच्या कार्याचा वारसा पुढे नेण्यासाठी आणि जतन करण्यासाठी तयार केले. २०१५ मध्ये काही महान भारतीय गायक आणि संगीतकारांना सन्मानित करण्यासाठी सलील चौधरी मेमोरियल कॉन्सर्ट आणि ऑनर्सची स्थापना जीनियसच्या स्मरणार्थ करण्यात आली.

## माझी काही आवडती गाणी

- सुहाना सफ़र और ये मौसम हंसीं – मधुमती
- ओ सजना बरखा बहार आई - परख
- दिल तड़प तड़प के कह रहा है आ भी जा - मधुमती
- मैं तो कब से खड़ी इस पार - मधुमती
- घड़ी घड़ी मोरा दिल धड़के – मधुमती
- ओ दैया रे दैया रे चढ़ गयो पापी बिछुआ - मधुमती

- ज़िंदगी ख़्वाब है, ख़्वाब में झूठ क्या - जागते रहो
- जागो मोहन प्यारे - जागते रहो
- ज़िन्दगी कैसी है पहेली, हाये – आनंद
- जा ss रे, जा रे उड़ जा रे पंछी - माया
- रजनीगंधा फूल तुम्हारे महके यूँ ही जीवन में - रजनीगंधा
- जानेमन जानेमन तेरे दो नयन - छोटी सी बात
- धरती कहे पुकार के - दो बीघा ज़मीन
- तस्वीर तेरी दिल में - माया

# १५
# उषा खन्ना

(जन्म ७ ऑक्टोबर १९४१)

उषा खन्ना हिंदी चित्रपटसृष्टीतील एक संगीत दिग्दर्शक आहे. जद्दन बाई आणि सरस्वती देवी नंतर हिंदी चित्रपट उद्योगात प्रवेश करणारी ही तिसरी महिला संगीत दिग्दर्शक आहे आणि पुरुषांचे वर्चस्व असलेल्या संगीत उद्योगातील सर्वात व्यावसायिकदृष्ट्या यशस्वी संगीत दिग्दर्शकांपैकी एक आहेत. १९६० ते १९८० या तीन दशकांहून अधिक काळ त्या सक्रिय होत्या. दिल देके देखो (१९५९) मधील पदार्पणानंतर ४० वर्षांहून अधिक वर्षांनंतर त्या अजूनही काही चित्रपट आणि टेलिव्हिजन-सिरियलसाठी संगीत तयार करत आहेत. सौतन (१९८३) या प्रचंड हिट चित्रपटासाठी गाणी संगीतबद्ध केल्याबद्दल त्यांना फिल्मफेअर पुरस्काराचे नामांकन मिळाले. त्यांचे लग्न दिग्दर्शक, निर्माता, गीतकार सावन कुमार टाक यांच्याशी झाले होते, पण नंतर त्या विभक्त झाल्या.

## चरित्र

ग्वाल्हेरमध्ये जन्मलेले, त्यांचे वडील, मनोहर खन्ना, गीतकार आणि गायक होते. ते तत्कालीन ग्वाल्हेर राज्यातील जल बांधकाम विभागात सहाय्यक अधीक्षक म्हणून कार्यरत होते. १९४६ मध्ये जेव्हा ते काही कामानिमित्त मुंबईत आले तेव्हा त्यांची भेट जद्दनबाईशी झाली. ती हिंदी चित्रपट अभिनेत्री नर्गिस दत्तची आई होती. तिच्या विनंतीवरून त्याने जावेद अन्वर या नावाने हिंदी चित्रपटांसाठी गझल लिहिण्यास सुरुवात केली.त्याला मासिक पगार ग्वाल्हेर राज्यात २५० रु. होता आणि जद्दनबाईने

त्याला नर्गिस आर्ट प्रॉडक्शनच्या रोमिओ ज्युलिएट चित्रपटासाठी त्यांनी लिहिलेल्या ३ गझलांसाठी ८०० रु. देऊ केले. उषा खन्ना यांनी अनेकदा अरबी संगीतापासून प्रेरणा घेतली.

लोकप्रिय संगीत दिग्दर्शक ओ.पी. नय्यर यांनी उषा खन्ना यांची ओळख त्यावेळच्या भारतीय चित्रपटसृष्टीतील शशधर मुखर्जी यांच्याशी करून दिली. तिने मुखर्जीसाठी एक गाणे गायले आणि जेव्हा त्याला कळले की तिने हे गाणे स्वतःच तयार केले आहे, तेव्हा त्याने तिला एका वर्षासाठी दररोज दोन गाणी तयार करण्यास सांगितले. काही महिन्यांनंतर, मुखर्जींनी तिला त्यांच्या दिल देके देखो (१९५९) या चित्रपटासाठी संगीतकार म्हणून साइन केले. अभिनेत्री आशा पारेख यांचीही ओळख करून देणारा हा चित्रपट खूप गाजला आणि मुखर्जींनी तिला पुन्हा आशा पारेख स्टारर हम हिंदुस्तानी (१९६१) साठी नियुक्त केले.

हिंदी चित्रपटांना संगीत देण्यास सुरुवात केल्यानंतर, उषा खन्ना यांनी अनेक हिट गाण्यांची निर्मिती करूनही संगीत दिग्दर्शक म्हणून स्वतःला स्थापित करण्यासाठी संघर्ष केला. आशा भोसले, यांनी उषा खन्ना यांना त्यांची मुलगी म्हणून संबोधले आणि मोहम्मद रफी यांच्यासोबत काम केले. या त्रिकुटाने अनेक हिट गाणी दिली. उषा खन्ना यांच्या रचनेत मोहम्मद रफी यांनी गायलेली अनेक गाणी आजही खूप लोकप्रिय आहेत आणि ती चिरंतन राहतील. दिल देके देखो (१९५९). हवा (१९७४), आप तो ऐसे न थे (१९८०), साजन की सहेली (१९८१), रफी उषा असोसिएशनच्या चित्रपटातील काही चांगल्या चित्रपटांची नावे आहेत.

सावन कुमार हे अनेकदा उषा खन्ना यांच्यासाठी गीतकार होते आणि त्यांच्या गाण्यांसाठी त्यांनी बहुतेक गीते लिहिली होती. १९७९ मध्ये दादा चित्रपटातील दिल के टुकडे टुकडे गाण्यासाठी के.जे. येसुदास यांना फिल्मफेअर पुरस्कार मिळाला.

स्वतःला इंडस्ट्रीत प्रस्थापित करण्यासाठी त्यांनी आधीच्या आयुष्यात घेतलेल्या मेहनतीमुळे हे काम किती कठीण आहे याची जाणीव झाली आणि यामुळे अनेकदा नवीन गायकांना संधी दिली. अनुपमा देशपांडे, पंकज उधास, हेमलता, मोहम्मद अजीज, रूप कुमार राठोड, शब्बीर कुमार आणि सोनू निगम या गायकांना त्यांनी संधी दिली. यातील अनेकजण पुढे प्रसिद्ध गायक बनले. खुद्द उषा खन्ना यांनीही पार्श्वगायिका म्हणून काही गाणी गायली आहेत.

उषा खन्ना यांची अनेक गाणी आजही खूप लोकप्रिय आहेत. 'शबनम', 'आंख मिचोली', साजन बिना सुहागन, 'सौतन', 'साजन की सहेली', 'अब क्या होगा', 'लाल बंगला', 'दादा', 'दो खिलाडी' हे त्यांनी संगीत दिलेले काही चित्रपट आहेत.

उषा खन्ना नव्वदच्या दशकाच्या मध्यापर्यंत संगीतकार म्हणून सक्रिय होत्या. आत्तापर्यंत, त्यांनी संगीत दिलेला शेवटचा चित्रपट "दिल परदेसी हो गया" (२००३) होता. उषा खन्ना यांनी बिगर हिंदी चित्रपटांनाही संगीत दिले आहे. मल्याळम चित्रपट मूडल मंजू (१९६९) आजही मल्याळममधील काही उत्कृष्ट गाण्यांसाठी स्मरणात आहे ज्यात के. जे. येसुदास यांचे 'नी मधु पकारू' आणि एस. जानकीचे 'मानसा मनी वीणायल' यांचा समावेश आहे. अग्नि निलावू आणि पुथूरम पुथरी उन्नियार्चा हे त्यांनी केलेले इतर मल्याळम चित्रपट आहेत.

## काही गाजलेली गाणी:

* मैं ने रक्खा है मुहब्बत अपने अफ़साने का नाम - शबनम
* निगाहो की जादूगरी - शबनम
* ये तेरी सादगी ये तेरा बाँकपन - शबनम
* तेरी निगाहो पे मर मर गए हम -शबनम
* दिल देके देखो, दिल देके देखो, दिल देके देखो जी - दिल देके देखो
* बोलो बोलो कुछ तो बोलो - दिल देके देखो
* यार चुलबुला है हंसीं दिलरुबा है - दिल देके देखो
* हम और तुम और ये समा - दिल देके देखो
* राही मिल गए राहो में बाते हुई निगाहों में - दिल देके देखो
* ज़िन्दगी प्यार का गीत है - सौतन
* शायद मेरी शादी का ख्याल - सौतन

# १६
# जयदेव

जयदेव (३ ऑगस्ट १९१८ – ६ जानेवारी १९८७)
पूर्ण नाव जयदेव वर्मा हे हिंदी चित्रपटांतील
संगीतकार होते. त्यांच्या ४० चित्रपटांपैकी काही
चित्रपट फारच गाजले. हम दोनो, रेश्मा और शेरा,
प्रेम परबत, घरौंदा आणि गमन.

त्यांनी रेश्मा और शेरा (१९७२), गमन (१९७७)
आणि अनकही (१९८५) साठी तीन वेळा सर्वोत्कृष्ट
संगीत दिग्दर्शनासाठी राष्ट्रीय चित्रपट पुरस्कार
जिंकला.

## प्रारंभिक जीवन
जयदेव यांचा जन्म नैरोबी येथे झाला आणि भारतातील लुधियाना येथे वाढले. १९३३
मध्ये, जेव्हा ते १५ वर्षांचे होते, तेव्हा ते चित्रपट स्टार बनण्यासाठी मुंबईला पळून
गेले. तेथे त्यांनी वाडिया फिल्म कंपनीसाठी बालकलाकार म्हणून आठ चित्रपटांमध्ये
काम केले. प्रो. बरकत राय यांच्याकडून लुधियाना येथे तरुण वयात त्यांना संगीताची
दीक्षा मिळाली. पुढे ते कृष्णराव जावकर आणि जनार्दन जावकर यांच्याकडून
संगीत शिकले.

दुर्दैवाने, वडिलांच्या अंधत्वामुळे, त्यांच्या खांद्यावर त्यांच्या कुटुंबाची जबाबदारी
पडल्यामुळे, आपली चित्रपट कारकीर्द अचानक सोडून लुधियानाला परतावे लागले.

वडिलांच्या मृत्यूनंतर, जयदेवने त्यांची बहीण, वेद कुमारीची देखभाल करण्याची
जबाबदारी घेतली आणि नंतर तिचे लग्न सतपॉल वर्माशी केले. त्यानंतर १९४३ मध्ये
ते संगीतकार उस्ताद अली अकबर खान यांच्याकडे शिक्षण घेण्यासाठी लखनौला
रवाना झाले.

## करिअर

३ राष्ट्रीय पुरस्कार मिळवणारे जयदेव हे पहिले संगीत दिग्दर्शक होते. अली अकबर खान यांनी १९५१ मध्ये नवकेतन फिल्म्सच्या अंधियां आणि हम सफर साठी संगीत दिले तेव्हा जयदेव यांना संगीत सहाय्यक म्हणून घेतले. 'टॅक्सी ड्रायव्हर' या चित्रपटातून ते संगीतकार एस.डी. बर्मन यांचे सहाय्यक झाले.

संगीत दिग्दर्शक म्हणून त्यांचा मोठा ब्रेक चेतन आनंदच्या 'जोरू का भाई' या चित्रपटाने आला, त्यानंतर चेतन आनंदचा पुढचा अंजली, हे दोन्ही चित्रपट खूप लोकप्रिय झाले.

नवकेतनच्या हम दोनो (१९६१) या चित्रपटातून जयदेव खरा प्रसिद्धीच्या झोतात योगायोगानेच आले कारण एस डी बर्मन यांच्याकडे खूप काम असल्यामुळे त्यांनी या चित्रपटास संगीत देण्यास नकार दिला होता. हा चित्रपट "अल्ला तेरो नाम", "अभी ना जाओ छोडकर", "मैं जिंदगी का साथ" आणि "कभी खुद पे कभी हालत पे" सारख्या उत्कृष्ट गाण्यांनी गाजला. त्यांना दुसरा मोठा चित्रपट मुझे जीने दो (१९६३) मिळाला.

जयदेवचे अनेक चित्रपट बॉक्स ऑफिसवर अपयशी ठरले असले तरी, आलाप, किनारे किनारे यांसारखे अनेक चित्रपट त्यांच्या कल्पनारम्य संगीता साठी लक्षात ठेवले जातात. मुझफ्फर अलीच्या सीने में जलन, रात भर आपकी याद आती राही सारख्या गझल आणि गाण्यांमधून जयदेव पुन्हा एकदा प्रसिद्ध झाले. त्यांनी सुरेश वाडकर, ए हरिहरन आणि गमनमध्ये छाया गांगुली यांसारख्या अनेक नवीन गायकांची ओळख करून दिली.

जयदेव यांच्याकडे पारंपारिक आणि लोकसंगीताचे हिंदी चित्रपटातील परिस्थितींमध्ये मिश्रण करण्याची अनोखी क्षमता होती. ते लता मंगेशकर यांच्या आवडत्या संगीतकारांपैकी एक आहेत. मैतीघर या नेपाळी चित्रपटालाही त्यांनी संगीत दिले.

जयदेवने लग्न केले नाही. ते त्यांच्या बहिणीच्या कुटुंबा जवळ राहिले. नंतर युनायटेड किंगडममध्ये स्थायिक झाले. ६ जानेवारी १९८७ रोजी वयाच्या ६८ व्या वर्षी त्यांचे निधन झाले.

## माझी काही आवडती गाणी

- अभी ना जाओ छोड़कर - हम दोनों
- मैं ज़िंदगी का साथ निभाता चला गया - हम दोनों
- जहाँ में ऐसा कौन है - हम दोनों
- रात भी है कुछ भीगी-भीगी - मुझे जीने दो
- ये दिल और उनकी, निगाहो के साये - प्रेम परबत

# १७

# खय्याम

मोहम्मद झहूर खय्याम हाश्मी (१८ फेब्रुवारी १९२७ – १९ ऑगस्ट २०१९), खय्याम या नावाने अधिक ओळखले जाणारे, एक भारतीय संगीत दिग्दर्शक होते, ज्यांची कारकीर्द चार दशकांपर्यंत होती.

त्यांनी तीन फिल्मफेअर पुरस्कार जिंकले: १९७७ मध्ये 'कभी कभी'साठी सर्वोत्कृष्ट संगीतासाठी आणि १९८२ मध्ये उमराव जानसाठी, आणि २०१० मध्ये जीवनगौरव पुरस्कार. त्यांना संगीत नाटक अकादमी, भारताच्या राष्ट्रीय अकादमी द्वारे क्रिएटिव्ह म्युझिकमध्ये २००७ चा संगीत नाटक अकादमी पुरस्कार प्रदान करण्यात आला. संगीत, नृत्य आणि रंगभूमीचे. २०११ साठी भारत सरकारने त्यांना तिसरा-सर्वोच्च नागरी सन्मान, पद्मभूषण, प्रदान केला होता.

## प्रारंभिक जीवन
खय्यामचा जन्म एका पंजाबी मुस्लिम कुटुंबात १८ फेब्रुवारी १९२७ रोजी पंजाब, राहोन येथे झाला. लहानपणी खय्याम नवी दिल्लीत आपल्या मामाच्या घरी पळून गेला. तेथे त्यांना शास्त्रीय गायक आणि संगीतकार पंडित अमरनाथ यांच्याकडून प्रशिक्षण मिळाले.

## करिअर
खय्याम चित्रपटांतील भूमिकांच्या शोधात लाहोरला गेले. तेथे त्यांची भेट पंजाबी संगीत दिग्दर्शक बाबा चिश्ती यांच्याशी झाली. चिश्ती यांची एक रचना ऐकल्यानंतर

त्यांनी त्याचा पहिला भाग गायला. चिश्ती यांनी त्याला सहाय्यक म्हणून सामील होण्याची ऑफर दिली. खय्याम यांनी चिश्ती यांना सहा महिने मदत केली आणि ते १९४३ मध्ये लुधियानाला आले. तेव्हा ते केवळ १७ वर्षांचे होते.

दुसऱ्या महायुद्धात लष्करात काम केल्यानंतर, खय्याम आपले स्वप्न पूर्ण करण्यासाठी मुंबईला गेले. रोमियो अँड ज्युलिएट (१९४७) - जोहराबाई अंबालेवाली यांच्यासोबत युगलगीत गायले. नंतर शर्माजी-वर्माजी संगीतकार जोडीतील शर्माजी म्हणून १९४८ मध्ये हीर रांझा चित्रपटाद्वारे पदार्पण केले. त्यांचे सह-संगीतकार रहमान वर्मा फाळणीनंतर नव्याने तयार झालेल्या पाकिस्तानमध्ये गेल्यानंतर ते एकटे पडले. सुरुवातीच्या ब्रेकपैकी एक म्हणजे बीवी (१९५०) या चित्रपटातील मोहम्मद रफीने गायलेले "अकेले में वो घबराते तो होंगे" हे गाणे हिट ठरले. फूटपाथ (१९५३) या चित्रपटातील तलत मेहमूद यांनी गायलेल्या "शाम-ए-गम की कसम" या गाण्याने जनमानसात एकच खळबळ माजवली. या चित्रपटापासून त्यांनी खय्याम हे नाव वापरायला सुरुवात केली. राज कपूर आणि माला सिन्हा यांच्या फिर सुबह होगी (१९५८) या चित्रपटातून त्यांना अधिक ओळख मिळाली, ज्यात साहिर लुधयानवी यांनी लिहिलेली आणि मुकेश आणि आशा भोंसले यांनी गायलेली गाणी खय्याम यांनी संगीतबद्ध केली होती. त्यापैकी "वो सुबह कभी तो आयेगी", "आसमान पे है खुदा और जमीन पे हम" ही गाणी उल्लेखनीय आहेत.

कैफी आझमी यांनी लिहिलेल्या शोला और शबनम (१९६१) चित्रपटातील गाण्यांनी खय्याम यांची संगीतकार म्हणून ओळख निर्माण केली. चेतन आनंद दिग्दर्शित आखरी खत (१९६६) मधील लताचा "बहारों मेरा जीवन भी सवारों" आणि रफीचा "और कुछ देर ठहर " हे खूप गाजले. इतर उल्लेखनीय गाणी शगून (१९६४) या चित्रपटातील आहेत ज्यात खय्यामची पत्नी जगजीत कौर यांनी "तुम अपना रंज-ओ-गम" आणि "तुम चली जाओगी" हे गाणे गायले होते.

१९७० च्या दशकात खय्यामने साहिर लुधियानवीसोबत यश चोप्रा दिग्दर्शित 'कभी कभी' (१९७६) ला संगीत दिले. "कभी कभी मेरे दिल में ख्याल आता है" (मुकेश आणि लता), "तेरे चेहरे से नजर नहीं" (किशोर आणि लता) आणि "मैं पल दो पल का शायर हूं" (मुकेश) यासारख्या हिट गाण्यांमधून खय्यामचे अष्टपैलुत्व दिसून येते.

खय्याम यांनी १९७० च्या उत्तरार्धात आणि १९८० च्या दशकाच्या सुरुवातीच्या चित्रपटांना संगीत दिले. त्रिशूल, थोडी सी बेवफाई, बाजार, दर्द, नूरी, आणि खानदान यातील गाणी ही त्यांची काही उत्कृष्ट गाणी आहेत.

खय्याम अजूनही आपले सर्वोत्कृष्ट प्रदर्शन करायचे होते आणि १९८१ मध्ये मुझफ्फर अलीच्या उमराव जानमध्ये संधी मिळाली. त्यांनी आशा भोंसले यांना "आँखों की मस्ती के", "ये क्या जगह है दोस्त", आणि "दिल चीज क्या है" ही सदाबहार गाणी गायली होती.

राजेश खन्ना यांना कभी कभी चित्रपटातील गाणी इतकी आवडली की त्यांनी खय्याम यांना त्यांची एक कार भेट दिली. त्यानंतर, खय्यामने थोडिसी बेवफाई, दर्द (१९८१) आणि दिल-ए-नादान (१९८२) साठी संगीत दिले, या सर्वांमध्ये राजेश खन्ना मुख्य भूमिकेत होते.

खय्याम यांनी कमाल अमरोही दिग्दर्शित रझिया सुलतान (१९८३) चित्रपटासाठी संगीत तयार केले आणि लताने गायलेले त्यांचे " ए दिल-ए-नादान" हे गाणे अत्यंत महत्वाचे मानले जाते.

खय्याम यांनी नेहमीच चित्रपट गीतकारांऐवजी कवींसोबत काम करणे पसंत केले. म्हणूनच खय्यामच्या रचनांमध्ये संगीत किंवा गायक म्हणून कविता समान भूमिका बजावत असल्याचे आढळते. खय्याम कवींना त्यांचे विचार व्यक्त करण्यासाठी पूर्ण स्वातंत्र्य देण्यास प्राधान्य देत त्यामुळे गाण्यांची अभिव्यक्ती अधिक काव्यात्मक आणि अर्थपूर्ण बनते.

त्यांनी आपल्या दोन्ही समकालीनांसोबत काव्यक्षेत्रात काम केले. त्यामुळेच त्याच्या खात्यात मिर्झा गालिब, वली मोहम्मद वली, अली सरदार जाफरी, मजरूह सुलतानपुरी, साहिर लुधियानवी, नक्श ल्यालपुरी, निदा फाजली, जान निसार अख्तर आणि अहमद वासी यांनी केलेले कार्य आढळते.

खय्यामच्या संगीताला गझलचा स्पर्श होता पण त्याचे मूळ भारतीय शास्त्रीय संगीतात होते. रचना भावपूर्ण, मधुर आणि भावनिक होत्या, गाणी कविता आणि उद्देशाने समृद्ध होती आणि शैली त्या काळातील लोकप्रिय संगीत ब्रँडपेक्षा लक्षणीयरीत्या वेगळी होती, ती अर्ध-शास्त्रीय, गझल किंवा हलकी आणि आकर्षक असायची.

खय्यामने त्यांच्या ८९ व्या वाढदिवसानिमित्त खय्याम जगजीत कौर KPG चॅरिटेबल ट्रस्ट या धर्मादाय ट्रस्टची स्थापना केली आणि भारतातील नवोदित कलाकार आणि तंत्रज्ञांना पाठिंबा देण्यासाठी आपली संपूर्ण संपत्ती ट्रस्टला दान करण्याचा निर्णय घेतला. घोषणेच्या वेळी त्यांची संपत्ती सुमारे ₹१० कोटी (US $1.4 दशलक्ष) इतकी होती.

भारताच्या पुलवामाच्या सीमा चौकीवर झालेल्या दहशतवादी हल्ल्यानंतर त्यांनी आपला वाढदिवस साजरा न करण्याचा निर्णय घेतला आणि शहीदांच्या नातेवाईकांना ₹५ लाख (US $7,000) दान केले.

## वैयक्तिक जीवन आणि मृत्यू

खय्याम यांनी १९५४ मध्ये जगजीत कौर यांच्याशी भारतीय चित्रपट उद्योगातील पहिल्या आंतरजातीय विवाहांपैकी एक विवाह केला. त्यांना एक मुलगा प्रदीप होता, ज्याचा २०१२ मध्ये हृदयविकाराच्या झटक्याने मृत्यू झाला. त्यांच्या मुलाच्या मदतीच्या स्वभावामुळे प्रेरित होऊन त्यांनी गरजू कलाकार आणि तंत्रज्ञांना मदत करण्यासाठी "खय्याम जगजीत कौर चॅरिटेबल ट्रस्ट" हा ट्रस्ट सुरू केला.

खय्याम यांना त्यांच्या शेवटच्या दिवसांमध्ये वयाच्या विविध आजारांनी ग्रासले होते. २८ जुलै २०१९ रोजी खय्याम यांना फुफ्फुसाच्या संसर्गामुळे मुंबईतील जुहू येथील सुजय रुग्णालयात दाखल करण्यात आले. १९ ऑगस्ट २०१९ रोजी वयाच्या ९२ व्या वर्षी हृदयविकाराच्या झटक्याने त्यांचे निधन झाले. दुस-या दिवशी त्यांना पूर्ण राज्य सन्मानाने दफन करण्यात आले.

## पुरस्कार आणि नामांकन

खय्याम यांना २०११ मध्ये राष्ट्रपती प्रतिभा पाटील यांच्या हस्ते पद्मभूषण प्रदान करण्यात आले.

* फिल्मफेअर सर्वोत्कृष्ट संगीत दिग्दर्शक पुरस्कार: कभी कभी (१९७७), उमराव जान (१९८२)
* १९८२: सर्वोत्कृष्ट संगीत दिग्दर्शनासाठी राष्ट्रीय चित्रपट पुरस्कार: उमराव जान
* २००७: संगीत नाटक अकादमी पुरस्कार: क्रिएटिव्ह म्युझिक
* २०१०: फिल्मफेअर जीवनगौरव पुरस्कार
* २०११: पद्मभूषण
* २०१८: हृदयनाथ मंगेशकर पुरस्कार

# १८
# रवींद्र जैन

रवींद्र जैन (२८ फेब्रुवारी १९४४ - ९ ऑक्टोबर २०१५) हे भारतीय संगीतकार, गीतकार, पार्श्वगायक होते. चोर मचाये शोर (१९७४), गीत गाता चल (१९७५), चितचोर (१९७६) आणि आंखियों के झरोखों से (१९७८) यांसारख्या हिट चित्रपटांसाठी संगीतबद्ध करत त्यांनी १९७० च्या दशकाच्या सुरुवातीस आपल्या कारकिर्दीला सुरुवात केली. त्यांनी रामानंद सागर यांच्या रामायण (१९८७) सह हिंदू महाकाव्यांवर आधारित

अनेक चित्रपट आणि टीव्ही कार्यक्रमांसाठी संगीत दिले. कलेतील योगदानाबद्दल त्यांना २०१५ मध्ये भारतीय प्रजासत्ताकाचा चौथा-सर्वोच्च नागरी पुरस्कार पद्मश्रीने सन्मानित करण्यात आले.

## प्रारंभिक जीवन आणि शिक्षण

रवींद्र जैन यांचा जन्म २८ फेब्रुवारी १९४४ रोजी पंडित इंद्रमणी जैन आणि किरण जैन यांच्या पोटी झाला. ते जन्मतः अंध होते. सात भाऊ आणि एक बहिणी यांच्यापैकी तिसरे अपत्य होते. ते जैन समाजाचे असून त्यांचे वडील संस्कृत पंडित होते आणि आई गृहिणी होती. त्यांच्या वडिलांनी त्यांची प्रतिभा ओळखली आणि त्यांना संगीताच्या औपचारिक शिक्षणासाठी जी.एल. जैन, जनार्दन शर्मा आणि नथू राम यांसारख्या दिग्गजांकडे पाठवले. तरुण वयातच त्यांनी मंदिरात भजने गायला सुरुवात केली.

## करिअर

त्यांनी संगीत दिलेल्या चित्रपटांमध्ये सौदागर, चोर मचाये शोर, चितचोर, गीत गाता चल, फकिरा, आंखियों के झरोखों से, दुल्हन वही जो पिया मन भाये, पहेली, दो जासूस, पती पत्नी और वो, इन्साफ का तराजू, नदिया के पार, राम तेरी गंगा मैली यांचा समावेश आहे. त्यांनी आपली गाणी गाण्यासाठी येसुदास आणि हेमलता यांचा मोठ्या प्रमाणावर वापर केला. बंगाली आणि मल्याळमसह विविध भारतीय भाषांमध्ये अनेक धार्मिक अल्बम तयार केले. त्यांनी अनेक दूरचित्रवाणी मालिकांना संगीत दिले. रामानंद सागर यांच्या रामायणासाठी त्यांचे संगीत प्रतिष्ठित ठरले.

श्री कृष्णा, अलिफ लैला, जय गंगा मैया, जय महालक्ष्मी, श्री ब्रह्मा विष्णू महेश, साई बाबा, जय मां दुर्गा, जय हनुमान आणि महाकाव्य महाभारत ही त्यांची टीव्हीवरील काही लोकप्रिय कामे आहेत.

## वैयक्तिक जीवन

जैन यांचा विवाह दिव्या जैन यांच्याशी झाला होता, त्यांना एक मुलगा आहे.

९ ऑक्टोबर २०१५ रोजी मुंबईत अनेक अवयव निकामी झाल्यामुळे रवींद्र जैन यांचा मृत्यू झाला.

## पुरस्कार

कलेतील योगदानाबद्दल २०१५ मध्ये त्यांना पद्मश्री, भारतीय प्रजासत्ताकचा चौथा-सर्वोच्च नागरी पुरस्कार प्रदान करण्यात आला. १९८५ मध्ये राम तेरी गंगा मैली साठी त्यांना फिल्मफेअर सर्वोत्कृष्ट संगीत दिग्दर्शकाचा पुरस्कार मिळाला. रवींद्र जैन यांनी भारतीय संगीतातील योगदानाबद्दल इतर अनेक पुरस्कार जिंकले.

## वारसा

त्याच्या अंत्यसंस्काराला अनेक सेलिब्रिटींनी हजेरी लावली होती. पंतप्रधान मोदी म्हणाले: "त्यांच्या अष्टपैलू संगीतासाठी आणि लढाऊ भावनेसाठी ते स्मरणात राहतील."

# १९

# एन दत्ता

दत्ता नाईक (१२ डिसेंबर १९२७ - ३० डिसेंबर १९८७), एन. दत्ता म्हणूनही ओळखले जाते, हे हिंदी चित्रपट संगीत दिग्दर्शक आहेत. गोव्यातील तत्कालीन पोर्तुगीज वसाहतीत जन्मलेल्या नाईक यांनी दिग्गज संगीत दिग्दर्शक सचिन देव बर्मन यांचे सहाय्यक म्हणून बहार, सजा आणि एक नजर (१९५१), जाल (१९५२), जीवन ज्योती (१९५३) आणि अंगारे यांसारख्या चित्रपटांमध्ये आपल्या कारकिर्दीला सुरुवात केली. (१९५४). गीतकार साहिर लुधियानवी यांच्यासोबतची त्यांची भागीदारी लोकप्रिय आणि यशस्वी होती.

दत्ता नाईक उर्फ एन. दत्ता यांचा जन्म १९२७ मध्ये गोव्यातील आरोबा (कोलवळे जवळ) या छोट्याशा गावात झाला. वयाच्या १२ व्या वर्षी ते कुटुंबापासून पळून मुंबईत आले. तेथे त्यांनी शास्त्रीय संगीत शिकले आणि नंतर गुलाम हैदर यांचे सहाय्यक म्हणून काम केले. शंकर जयकिशन यांच्या वाद्यवृंदात ताल वाजवणारे चंद्रकांत भोसले यांचे ते जवळचे मित्र होते. ते रस्त्यावरील संगीत कार्यक्रमातही भाग घेत असत, जिथे सचिन देव बर्मन यांनी त्यांची प्रतिभा पाहिली. उस्तादांनी त्यांना सहाय्यक म्हणून नियुक्त केले आणि तेथे काम करत असताना, एन. दत्ताने स्वतंत्र संगीतकार म्हणून एक उल्लेखनीय कारकीर्द देखील विकसित केली. त्यांच्या रचनांमध्ये माधुर्य आणि वाद्यवादनाची उत्तम जाण दिसून आली. गीतकार साहिर लुधियानवी यांच्या जवळच्या सहवासामुळे, जे त्यांचे जवळचे मित्र होते, त्यांच्या गाण्यांना नेहमीच अर्थपूर्ण काव्यात्मक गीतांचा आशीर्वाद मिळतो. N. दत्ता यांनी प्रख्यात गीतकार मजरूह सुलतानपुरी, जान निसार अख्तर आणि इतरांसोबतही खूप जवळून काम केले.

धूल का फूल चित्रपटाची दोन गाणी - दामन में दाग लगा बैठे आणि तू हिंदू बनेगा ना मुस्लिम बनेगा ही साहिर लुधियानवी यांनी लिहिलेली सर्वोत्कृष्ट गाणी होती आणि त्या चित्रपटातील इतर गाण्यांपेक्षा खूप चांगली संगीतबद्ध आहेत. प्रख्यात मराठी लेखक आणि संगीतप्रेमी पु.ल. देशपांडे यांनी एकदा सुप्रसिद्धपणे लिहिले होते की जेव्हाही त्यांनी लतादीदींचे भावनिक धूल का फूल शीर्षक गीत 'तू मेरे प्यार का फूल है' (एन. दत्त यांनी संगीतबद्ध केलेले) ऐकले तेव्हा त्यांचा प्रत्येक शब्द, प्रत्येक नोट एखाद्या कोमल फुलाप्रमाणे साकारली गेली. पाकळी हळूवारपणे वाहत्या पाण्यात ठेवली होती.

बी.आर. चोप्रा मूव्हीज धुल का फूल, साधना आणि धरमपुत्र मधील त्यांच्या रचना त्यांच्या काही उत्कृष्ट कृती मानल्या जातात. 'पोंछ कर अश्क अपनी आँखों से', 'मैने पी शराब, तूने क्या पिया', 'नया रास्ता' (१९७०) या चित्रपटातील 'जान गई में तो जान गई' आणि 'तेरे इस प्यार का शुक्रिया' यांसारख्या नंतरच्या चित्रपटांतील गाणी. 'आग और दाग' हा चित्रपटही लोकप्रिय आहे. एन. दत्तांनी अनेक मराठी चित्रपटांना संगीत दिले. "बाळा गाऊ कशी अंगाई (१९७७)" चित्रपटातील सुमन कल्याणपूर यांनी गायलेले "निंबोणीच्या झाडामागे चंद्र झोपला ग बाई" हे गाणे आजही खूप लोकप्रिय आहे.

एन. दत्ताची नंतरची वर्षे खराब आरोग्य आणि व्यावसायिक अपयशाशी लढण्यात गेली. १९८० मधील चेहरे पे चेहरा हा त्यांचा शेवटचा हिंदी चित्रपट होता आणि ३० डिसेंबर १९८७ रोजी त्यांनी अखेरचा श्वास घेतला.

## माझी काही आवडती गाणी

- हम पंछी एक डाल के - हम पंछी एक डाल के
- मैं ने चाँद और सितारों की तमन्ना की थी – चंद्रकांता
- औरत ने जनम दिया मर्दों को - साधना
- तू हिंदू बनेगा ना मुसलमान बनेगा - धूल का फूल
- दिल की तमन्ना थी मस्ती में - ग्यारह हजार लडकियाँ

# २०

# दत्ताराम वाडकर

दत्ताराम वाडकर (१९२९ - ७ जून २००७), हे प्रसिद्ध भारतीय संगीत संयोजक आणि संगीत दिग्दर्शक होते, जे शंकर-जयकिशन या दिग्गज संगीतकारांच्या सहवासासाठी आणि अब दिल्ली दूर नहीं आणि परवरिश सारख्या चित्रपटांसाठी स्वतंत्र संगीतकार म्हणून ओळखले जातात.

## करिअर

दत्ताराम १९४२ मध्ये मुंबईत आले आणि त्यांनी तबला आणि ढोलक शिकले. शंकरने त्यांची पृथ्वी थिएटर्समध्ये ओळख करून दिली आणि लवकरच ते शंकर – जयकिशन यांच्या टीममध्ये अरेंजर आणि तालवादक म्हणून सामील झाले, दत्ताराम यांनी शंकर-जयकिशन यांच्या ताल विभागाचे व्यवस्थापन केले. शंकर-जयकिशन यांनी दत्ताराम यांना चित्रपटांसाठी स्वतंत्रपणे संगीत देण्यास प्रोत्साहन दिले आणि पाठिंबा दिला.

## काही प्रसिद्ध गाणी

- आँसू भरी हैं ये जीवन की राहें - परवरीश
- हाल-ए-दिल हमारा जाने न बेवफ़ा ये ज़माना - श्रीमान सत्यवादी
- चुन चुन करती आई चिड़िया - अब दिल्ली दूर नहीं

# २१
# वसंत देसाई

वसंत देसाई (९ जून १९१२-२२ डिसेंबर १९७५) हे भारतीय चित्रपट संगीतकार होते.

झनक झनक पायल बाजे (१९५५), दो आँखे बारह हाथ (१९५७), गुंज उठी शहनाई (१९५९) संपूर्ण रामायण ( १९६१), आशीर्वाद (१९६८) आणि हृषिकेश मुखर्जीची गुड्डी (१९७१) हे त्यांचे गाजलेले चित्रपट.

वसंत देसाई 9 जून 1912 रोजी जन्म सोनवडे गाव, सिंधुदुर्ग, मृत्यू 22 डिसेंबर 1975 (वय 63) मुंबई.

## प्रारंभिक जीवन
देसाई यांचा जन्म १९१२ मध्ये सोनवडे गावात, सावंतवाडी राज्यातील एका श्रीमंत कुटुंबात झाला, ज्यावर भोसले कुळाचे राज्य होते आणि ते कुडाळ परिसरात, कोकण पट्ट्यात, सिंधुदुर्ग जिल्हा, पश्चिम भारतामध्ये लहानाचे मोठे झाले.

## करिअर
प्रसिद्ध प्रभात फिल्म कंपनीने टॉकीज बनवायला सुरुवात केल्यापासून देसाई सोबत होते. त्यांनी प्रभातच्या धर्मात्मा आणि संत ज्ञानेश्वर यांसारख्या चित्रपटांमध्ये अभिनय केला, गायले आणि कधी कधी गाणी संगीतबद्ध केली. संगीत रचना शिकल्यानंतर, १९४० पासून ते पूर्णपणे त्यात अडकले. देसाई यांनी व्ही. शांताराम यांच्या बहुतांश चित्रपटांना संगीत दिले. नंतर त्यांनी प्रभातपासून फारकत घेऊन स्वतःचा फिल्म

स्टुडिओ तयार केला. १९५० च्या उत्तरार्धात त्यांचे संबंध बिघडले, त्यानंतर वसंतराव देसाईंनी पुन्हा कधीही त्यांच्या माजी गुरूसाठी काम केले नाही. देसाईंची संस्मरणीय गाणी आहेत, हिंदी फिल्मी भक्तिगीत, दो आंखे बारह हाथ, १९५७ मधील ए मलिक तेरे बंदे हम, आणि प्ले बॅक गायक, वाणी जयरामचे पहिले गाणे, गुड्डी (१९७१) मधले बोल रे पपीहरा.

मराठीत देसाईंची काही संस्मरणीय गाणी म्हणजे सांगा मुकुंद कुणी हा पहिला, अमर भूपाळीतील उठी उठी गोपाला (१९५१), छोटा जवान (१९६३) मधला माणूसकीच्या शत्रुसंगे युद्ध आमुचे सुरु, प्रीती संगममधील देह देवाचे मंदिर (१९७२).

शेवटचे रेकॉर्डिंग २२ डिसेंबर १९७५ रोजी वसंत देसाई एचएमव्ही स्टुडिओमध्ये उच्च-प्रोफाइल संगीतकारांनी उपस्थित असलेल्या एका विशेष संगीत कार्यक्रमाचे संपूर्ण दिवस रेकॉर्डिंग केल्यानंतर ते घरी परतले. त्यांनी त्यांच्या इमारतीच्या लिफ्टमध्ये पाऊल ठेवले आणि तांत्रिक बिघाडामुळे लिफ्ट हलू लागली आणि त्यातच ह्या गुणी संगीतकाराचा दुर्दैवी मृत्यू झाला.

# फिल्मोग्राफी

## *हिंदी चित्रपट*

शोभा (१९४२) शकुंतला (१९४३) आंख की शर्म (१९४३) मौज (१९४३) सुभद्रा (१९४६) जीवन यात्रा (१९४६) डॉ. कोटणीस की अमर कहानी (१९४६) परबत पे अपना डेरा (१९४६) मतवाला शायर राम जोशी (१९४७) अंधों की दुनिया (१९४७) सोना (१९४८) मंदिर (१९४८) उधार (१९४९) नरसिंह अवतार (१९४९) नई तालीम (१९४९) दहेज (१९५०) शीश महाल (१९५०) हिंदुस्तान हमारा (१९५०) जीवन तारा (१९५१) हैदराबाद की नाजनीन (१९५२) झाशी की रानी (१९५३) धुआन (१९५३) आनंद भवन (१९५३) सावध (१९५४) झनक झनक पायल बाजे (१९५५) तुफान और दिया (१९५६) दो आंखे बारह हाथ (१९५७) मौसी (१९५८) दो फूल (१९५८) दो बहेन (१९५९) अर्धांगिनी (१९५९) गुंज उठी शहनाई (१९५९) शाळा मास्तर (१९५९) सम्राट पृथ्वीराज चौहान (१९५९) अमर शहीद (१९५९) संपूर्ण रामायण (१९६१) प्यार की प्यास (१९६१) यादें (१९६४) राहुल (१९६४) भरत मिलाप (१९६५) लाडकी सह्याद्रीची (१९६६) अमर ज्योती (१९६७) रामराज्य (१९६७) आशीर्वाद (१९६८) गुड्डी (१९७१) अचानक (१९७३) जय राधाकृष्ण (१९७४) राणी और लाल परी (१९७५) ग्रहण (१९७६)

## मराठी चित्रपट

अमर भूपाळी, श्यामची आई, मोलकरीण, स्वयंवर झाले सीतेचे, लक्ष्मणरेखा, तूच माझी राणी, कांचनगंगा, छोटा जवान.

## मराठी नाटके

देव दीनाघरी धावला, (मराठी नाटक) पंडितराज जगन्नाथ, (संगीत नाटक) जय जय गौरीशंकर (संगीत नाटक) संगीत मंदारमाला (संगीत नाटक)

# २२
# सी. अर्जुन

सी अर्जुन यांचा जन्म कराची येथे १ सप्टेंबर १९३३ रोजी एका सिंधी कुटुंबात झाला. त्यांचे खरे नाव अर्जुन परमानंद चंदनानी होते. फाळणीनंतर त्यांचे कुटुंब बडोद्यात स्थलांतरित झाले. त्यांचे वडील गायक होते. वडिलांनी त्यांना संगीताचे प्रशिक्षण दिले. त्यांनी सिंधी संगीतकार बुलो सी राणी यांचे सहाय्यक म्हणून चित्रपट उद्योगात आपल्या कारकिर्दीची सुरुवात केली.

अबाना या सिंधी चित्रपटासाठी संगीत देऊन त्यांनी आपल्या कारकिर्दीची सुरुवात केली. रोड नंबर ३०३ (१९६०) हा त्यांचा पहिला हिंदी चित्रपट होता.

३० एप्रिल १९९२ रोजी स्टर्लिंग स्टुडिओ, मुंबई येथे ते सिंधी गाण्याचे रेकॉर्डिंग स्टुडिओमध्ये हृदयविकाराच्या झटक्याने ५९ व्या वर्षी तुलनेने तरुण वयात त्यांचे निधन झाले.

सी अर्जुन यांना त्यांच्या कालातीत निर्मितीमुळे अव्वल स्थान मिळावे. अनेक अत्यंत प्रतिभावान संगीतकारांच्या गजबजलेल्या क्षेत्रात, काहींना बी किंवा सी ग्रेड चित्रपटच मिळाले, हे त्या काळचे वैशिष्ट्य होते. सी अर्जुन त्यापैकी एक होते. रफीने गायलेले 'पास बैठो तबीयत बहल जायेगी' हे त्यांचे एकच गाणे त्यांना अमरत्व देण्यासाठी पुरेसे आहे. एकदा सी. अर्जुन आणि इंदिवर स्टुडिओमधून बेस्टच्या बसने घरी परतत होते, तेव्हा एक सुंदर तरुणी बसमध्ये चढली आणि त्यांच्या सीटजवळ उभी राहिली. इंदिवरने तिच्याकडे वारंवार पाहिलं आणि सी अर्जुनला तिच्यासाठी जागा सोडायला सांगितली. पण या प्रसंगातून हे गाणे 'पास बैठो तबीयत बहल जायेगी' निर्माण झाले. शोले आणि दीवारच्या वर्षी प्रदर्शित झालेल्या "जय संतोषी मां" या त्याच्या सी ग्रेड चित्रपटाने त्याच्या संगीताच्या

बळावर आतापर्यंत सर्वाधिक कमाई करणाऱ्या चित्रपटांपैकी एक म्हणून स्वत:ला सिद्ध केले.

गुजराती, सिंधी आणि हरियाणवी भाषेतील चित्रपटांशिवाय त्यांनी १७ हिंदी चित्रपटांना संगीत दिले. मैं और मेरा भाई, पुनर्मिलन, एक साल पहले, जय संतोषी माँ, उस्ताद पेद्रो आणि मंगू दादा हे त्यांचे काही चित्रपट होते.

त्यांचा सुशीला (१९६६) हा अपूर्ण चित्रपट पूर्ण झाला आणि १९७७ मध्ये सुबह जरूर आयेगी म्हणून प्रदर्शित झाला ज्यात मुबारक बेगम यांनी गायलेले ' बेमुरव्वत बेवफा' गाणे आणि तलत आणि रफी यांनी गायलेले 'गम की अंधेरी रात में' हे गाणे खूप लोकप्रिय झाले.

## त्यांची काही गाजलेली गाणी

- पास बैठो तबीयत बहल जायेगी - पुनर्मीलन
- मैं तो आरती उतारूँ रे संतोषी माता की - जय संतोषी माँ
- तुम अगर आ सको तो आ जाओ - एक साल पहले
- हो गोरी जुल्म करे जुल्फ़ का बिखर जाना - मै और मेरा भाई
- गम की अंधेरी रात में - सुशीला

# २३

# बुलो सी राणी

बुलो सी राणी (६ मे १९२० - २४ मे १९९३) हे चाळीसच्या दशकापासून ते साठच्या दशकापर्यंत बॉलिवूडमधील लोकप्रिय संगीत दिग्दर्शक होते. त्यांनी १९४३-७२ मधील ७१ चित्रपटांसाठी संगीत दिले, ज्यात "हमे तो लूट लिया मिल के हुस्न वालो ने" आणि इतर सदाबहार चित्रपट गीतांचा समावेश होता.

## प्रारंभिक जीवन

बुलो सी राणी यांचा जन्म हैदराबाद, सिंध प्रांत, येथे झाला. त्यांचे पूर्ण नाव बुलो चंडीराम रामचंदानी होते. त्यांचे वडीलही संगीत दिग्दर्शक होते. बी.ए.चे शिक्षण पूर्ण केल्यानंतर. १९३९ मध्ये ते रणजीत मूव्हीटोनमध्ये सामील झाले.

## करिअर

रणजीत मूव्हीटोन अंतर्गत १९३९ मध्ये बुलोची कारकीर्द सुरू झाली. बॉलीवूडमधील त्याचे सुरुवातीचे दिवस संघर्ष आणि मेहनतीने भरलेले होते. त्यांनी काम करायला सुरुवात केली तेव्हा त्यांची काही खूप मोठ्या व्यक्तिमत्त्वांची भेट झाली जी त्यावेळची संगीत क्षेत्रातील खूप महत्त्वाची नावे होती गुलाम हैदर, डी.एन. मधोक इ. १९४० च्या सुरुवातीच्या काळात बुलो यांनी खेमचंद प्रकाश यांचे सहाय्यक म्हणून काही चित्रपटांमध्ये काम केले. तानसेन, चांदनी, सुख दुख (१९४२) आणि शहेनशाह बाबर (१९४१) यांसारख्या चित्रपटांमध्ये त्यांनी खेमचंद यांना सहाय्य केले. मेहमान (१९४२) या चित्रपटात त्यांनी खेमचंद यांच्या हाताखाली " रुठो ना प्यार में" हे पहिले

पार्श्व गाणे गायले. ते सहाय्यक संगीत दिग्दर्शक असले तरी, खुर्शीद यांनी गायलेले तानसेन चित्रपटातील "दुखिया जियारा" हे गाणे त्यांनी संगीतबद्ध केले. या गाण्याचे श्रेय त्या ध्वनिफितीचे संगीतकार खेमचंद प्रकाश यांना गेले.

संगीतकार म्हणून त्यांचा पहिला चित्रपट कारवां (१९४४) होता. त्याच वर्षी पगली दुनिया या चित्रपटात त्यांनी गाणे गायले. त्या चित्रपटात त्यांनी तात्पुरते नाव बदलून भोला असे ठेवले. पण पुढे त्यांनी कारकिर्दीच्या शेवटपर्यंत या नावाने अनेक गाणी गायली. पण त्यांनी संगीत दिग्दर्शनासाठी बुलो सी राणी म्हणून काम सुरू ठेवले. १९४५ मध्ये त्यांनी मूर्ती आणि पहेली नजर यांसारख्या चित्रपटांमध्ये गाणी रचली आणि मुकेशने "बदरिया बरस गई उस पार" हे मूर्ती या चित्रपटातील त्यांचे पहिले हिट गाणे गायले होते. चाळीसच्या दशकातील बुलो सी राणीच्या इतर हिट चित्रपटांमध्ये राजपुतानी (१९४६) आणि अंजुमन (१९४८) यांचा समावेश आहे. त्यांचे आजपर्यंतचे सर्वोत्कृष्ट काम १९५० च्या सुरुवातीस आले - जोगन (१९५०), वफा (१९५१) आणि बिल्वमंगल (१९५४). बिल्वमंगल हे त्यांचे शेवटचे साउंडट्रॅक होते ज्यात सुरैया आणि सी.एच. आत्मा यांची क्लासिक गाणी होती. त्या चित्रपटातील गाणी विशेषत: "हम इश्क के मारो को" सर्वात लोकप्रिय ठरली, जी सुरैयाने डी.एन. मधोक यांच्या गीतांसह गायली होती. शंकर जयकिशन, सलील चौधरी, ओ.पी. नय्यर यांसारख्या संगीतकारांची नवीन पिढी भारतीय चित्रपटसृष्टीत नावारूपास येत असल्याने, १९५० च्या उत्तरार्धात बुलो तितके सक्रिय नव्हते. तथापि, त्यांनी साठच्या दशकाच्या मध्यापर्यंत चित्रपटांसाठी संगीत दिले. या काळातील त्यांची काही गाणी "हमे तो लुट लिया" (अल हिलाल, १९५८), "मांगने से जो मौत मिल जाती" (सुनहरे कदम, १९६६) सारखी हिट होती. त्यांनी एकूण ७७ चित्रपटांना संगीत दिले.

## मृत्यू

नंतरच्या आयुष्यात काम न मिळाल्याने ते निराश झाले. २४ मे १९९३ रोजी वयाच्या ७३ व्या वर्षी मुंबईत त्यांनी आत्महत्या केली. त्यांचे कुटुंब शिवाजी पार्क येथील त्यांचे घर विकून वर्सोव्याला गेले.

# २४

# हंसराज बहल

हंसराज बहल (१९ नोव्हेंबर १९१६ - २० मे १९८४) हे भारतीय संगीतकार होते, ज्यांनी हिंदी आणि पंजाबी चित्रपटांसाठी संगीत दिले.

## प्रारंभिक जीवन आणि शिक्षण

अंबाला, पंजाब येथे जन्मलेल्या हंसराजने संगीताचे प्रारंभिक शिक्षण पंडित चुन्नीलाल यांच्याकडून घेतले. त्यांचे वडील त्यांच्या भागात जमीनदार होते.

## करिअर

हंसराज बहल यांनी अनारकली बाजार, लाहोर, पंजाब, येथे एक संगीत शाळा उघडली आणि हिज मास्टर्स व्हॉईस (एचएमव्ही) द्वारे काही गैर-फिल्मी रेकॉर्ड जारी केले. हंसराज, त्यांचा धाकटा भाऊ गुलशन बहल आणि नंतरचे कवी आणि चित्रपट गीतकार वर्मा मलिक यांच्यासह, हिंदी चित्रपट उद्योगात संगीत दिग्दर्शक म्हणून करिअर करण्यासाठी १९४४ मध्ये मुंबईला गेले. त्यांचे काका चुन्नीलाल बहल यांनी त्यांची ओळख प्रसिद्ध अभिनेते पृथ्वीराज कपूर यांच्याशी करून दिली. अर्देशीर इराणी दिग्दर्शित पुजारी (१९४६) या चित्रपटाद्वारे त्यांनी संगीतकार म्हणून पदार्पण केले. त्यांनी ख्यातनाम पार्श्वगायिका आशा भोसले यांची ओळख करून दिली, ज्यांनी हंसराज बहल यांच्या चुनरिया (१९४८) चित्रपटातील सावन आया हे गाणे जोहराबाई अंबालेवाली यांच्यासोबत गायले तेव्हा त्यांनी हिंदी चित्रपटसृष्टीत पदार्पण केले.

१९६४ मध्ये त्यांनी बलराज साहनी, निशी, वस्ती आणि मिर्झा मुशर्रफ यांच्या प्रमुख भूमिका असलेल्या पदम प्रकाश महेश्वरी यांच्या सतलुज दे कंधे या हिट

पंजाबी चित्रपटासाठी संगीत दिले. सिकंदर-ए-आझम (१९६५) या चित्रपटात मोहम्मद रफीने गायलेले "जहाँ डाल डाल पे सोने की चिडिया करता है बसेरा.." हा देशभक्तीपर हिट गाणे, हे सर्वोत्तम समजले जाते. हंसराज बहल आणि मास्टर गुलाम हैदर हे संगीतकारांमध्येही भारतीय चित्रपट उद्योगाचे दोन प्रतिष्ठित संगीत दिग्दर्शक मानले जातात.

त्यांनी आपल्या चार दशकांच्या कारकिर्दीत पंडित इंद्र चंद्र, डी.एन. मधोक, प्रेम धवन, वर्मा मलिक, असद भोपाली, कमर जलालाबादी आणि नक्ष ल्यालपुरी यांसारख्या चित्रपट गीतकारांसोबत काम केले आणि जवळपास ६७ चित्रपटांना संगीत दिले. "इन्साफ का खून" हा चित्रपट त्यांच्या मृत्यूनंतर प्रदर्शित झाला.

# २५

# जी एस कोहली

जीएस कोहली (गुरुशरण सिंग कोहली) यांचा जन्म १९२८ मध्ये पंजाबमध्ये झाला. ते ढोलक आणि अनेक वाद्ये वाजवण्यात निपुण होते. दलसुख एम. पांचोल यांनी ओपी नय्यर यांना आकाश (१९५२) मध्ये पहिला ब्रेक दिला तेव्हा ओपी नय्यर यांनी कोहलीला सहाय्यक म्हणून निवडले. स्वतः स्वतंत्र संगीतकार झाल्यानंतरही कोहली १९६८ पर्यंत त्यांचे सहाय्यक होते.

१९६० पर्यंत, कोहलीने ओपी नय्यर यांच्या सीआयडी, मिस्टर अँड मिसेस 55, आर पार, हम सब चोर हैं, नया दौर, मुजरिम, दो उस्ताद, कश्मीर की कली इत्यादी लोकप्रिय चित्रपटांमध्ये महत्त्वपूर्ण योगदान दिले होते.

१९६० मध्ये कोहलीचा स्वतंत्र संगीत दिग्दर्शक म्हणून पहिला चित्रपट आला - 'लंबे हाथ'. मिस्टर इंडिया (१९६१) हा त्यांचा दुसरा चित्रपट होता आणि त्यानंतर फौलाद, शिकारी, चार दरवेश, अॅडव्हेंचर्स ऑफ रॉबिन हूड, नमस्तेजी, दो मतवाले, नौजवान, संगदिल, जंग और अमन आणि गुंडा आला. १९६९ मध्ये आलेला जालसाज हा त्यांचा शेवटचा चित्रपट होता.

ओपी नय्यर आणि संगीतकार म्हणून कोहली जरी अपवादात्मक असला तरी तो स्वतंत्रपणे चमकू शकला नाही आणि त्याच्याकडे संगीतासाठी फक्त बी आणि सी ग्रेडचे चित्रपट होते. फक्त शिकारी आणि नमस्तेजी ची गाणी लोकप्रिय झाली होती. "चमन के फूल भी तुझको" आणि "अगर मैं पूछूं जवाब दोगे" ही प्रसिद्ध गाणी शिकारी (१९६३) मधील होती. आणि 'द अॅडव्हेंचर्स ऑफ रॉबिनहूड' (१९६५)

मधली मोहम्मद रफीची 'माना मेरे हसीन सनम' ही भावपूर्ण गाणी कशी विसरता येतील?

संगीत दिग्दर्शक म्हणून ते इतके प्रसिद्ध नव्हते, पण त्यांची गाणी कोणी ऐकली तर नक्कीच आश्चर्य वाटेल की ते इतके प्रसिद्ध का नव्हते आणि भरपूर प्रतिभा असूनही यश त्यांच्यापासून का दूर गेले?

२५ जुलै १९९६ रोजी जीएस कोहली यांचे निधन झाले.

## माझी काही आवडती गाणी

* प्यार की राह दिखा दुनिया को - लंबे हाथ
* तुम को पिया दिल किया कितने नाज़ से - शिकारी
* अगर में पूछूं जवाब दोगे - शिकारी
* बहारों थाम लो अब दिल मेरा मेहबूब आता है - नमस्तेजी

# २६
# इक्बाल कुरेशी

इक्बाल कुरेशी (१२ मे १९३० - २१ मार्च १९९८) एक भारतीय संगीतकार आणि दिग्दर्शक होते, ज्यांना १९५८ ते १९८६ दरम्यान अनेक बॉलीवूड चित्रपटांचे श्रेय देण्यात आले होते, चा चा चा (१९६४), चित्रपटातील "एक चमेली के मंडवे तले" या गाण्याच्या संगीतासाठी ते प्रसिद्ध होते. पाश्चात्य नृत्य दाखवणारा पहिला भारतीय चित्रपट.

लहानपणी त्यांनी खाजगी संमेलनांसाठी आणि ऑल इंडिया रेडिओसाठी गायन केले, तेव्हापासून त्यांची संगीताची आवड सुरू झाली. ते मुंबईत आले आणि इंडियन पीपल्स थिएटर असोसिएशनमध्ये सामील झाले. नंतर ते नाटकांसाठी संगीत दिग्दर्शन करू लागले.

त्यांनी पहिल्यांदा पंचायत (१९५८) या चित्रपटासाठी संगीत दिले होते आणि त्यानंतरच्या चित्रपटांमध्ये बिंदिया (१९६०), लव्ह इन सिमला (१९६०), बनारसी ठग (१९६२) आणि नंतर ये दिल किसको दूं (१९६३) यांचा समावेश होता. त्यांच्या रचनांमध्ये मोहम्मद रफी, मुकेश, महेंद्र कपूर आणि तीन मंगेशकर बहिणींनी गायलेल्या गाण्यांचे संगीत समाविष्ट आहे. त्यांच्या संगीताने मखदूम मोहिउद्दीन, नीरज आणि कैफी आझमी यांच्या गीतांना आवाज दिला आहे. हेलन, जॉय मुखर्जी, साधना, मनोज कुमार आणि शशी कपूर या अभिनेत्यांनी त्याच्या सुरात अभिनय केला आहे.

त्यांच्या नंतरच्या कामात आलम आरा (१९७३) मध्ये संगीत तयार करण्याचा समावेश होता. हा पहिला भारतीय टॉकी चित्रपट आलम आरा (१९३१) चा रिमेक होता.

## प्रारंभिक जीवन

इक्बाल कुरेशी यांचा जन्म १२ मे १९३० रोजी औरंगाबाद (महाराष्ट्र) येथे झाला आणि नंतर ते हैद्राबादला गेले. लहानपणी त्यांनी ऑल इंडिया रेडिओसाठी सादरीकरण केले. चित्रपट उद्योगात प्रवेश करण्यापूर्वी, त्यांनी खाजगी संमेलनांमध्ये गायन केले आणि कवी मखदूम मोहिउद्दीन आणि अभिनेता/दिग्दर्शक चंद्रशेखर यांच्याशी त्यांची मैत्री होती.

## करिअर

त्यांनी १९५८ च्या पंचायत चित्रपटातील १० गाण्यांसाठी संगीत दिले, ज्यामध्ये त्यांनी लोक आणि शास्त्रीय संगीत एकत्र केले आणि "था थैया करके आना" या गाण्यात बीन आणि कांच तरंग काचेच्या वाद्याचा वापर केला. हे युगल गीत लता मंगेशकर आणि गीता दत्त यांनी गायले होते.

१९६० मध्ये त्यांनी दोन चित्रपटांना संगीत दिले; बिंदिया आणि लव्ह इन सिमला. राजेंद्र कृष्णन यांनी लिहिलेली आणि मोहम्मद रफी यांनी गायलेली दोन्ही गाणी. "मैं अपने आप से घबरा गया हूं" आणि "यूं जिंदगी के रास्ते संवारते चले गये" या दोन गाण्यांच्या सुरांनी रफी उच्च स्तरीय टिपांपर्यंत कसा पोहोचू शकतो हे दाखवून दिले. लव्ह इन सिमला मधला कुरेशीचे "गाल गुलाबी किसके हैं", रफीने गायलेले आणि तत्कालीन नवा अभिनेता जॉय मुखर्जी ने अभिनय केलेले गाणे पण गाजले.

पुढच्या वर्षी त्यांनी उमर कैद या चित्रपटासाठी संगीत दिले, ज्यात हसरत यांनी लिहिलेली आणि मुकेशने गायलेली "मुझे रात दिन ये ख्याल है," ही उदास गझल समाविष्ट होती.

त्यांनी चंद्रशेखरच्या १९६४ च्या चा चा चा चित्रपटासाठी संगीत तयार केले आणि दिग्दर्शन केले, ज्यात हेलन तिच्या पहिल्या प्रमुख भूमिकेत होती आणि पाश्चात्य नृत्य प्रदर्शित करणारा हा पहिला भारतीय चित्रपट होता. या चित्रपटात "सुबह ना आयी शाम ना आयी" हे उत्कृष्ट गाणे होते, गीतकार नीरज आणि गायक मोहम्मद रफी. १९६४ नंतर, त्यांनी योगदान दिलेले चित्रपट तितकेसे यशस्वी झाले नाहीत. त्यांनी आलम आरा (१९७३) मध्ये संगीत दिले, जो पहिला भारतीय टॉकी चित्रपट आलम आरा (१९३१) चा रिमेक होता. १९८६ पर्यंत त्यांनी २५ हिंदी चित्रपटांचे संगीत दिग्दर्शन केले होते.

## मृत्यू

दूरदर्शनवर मुलाखत दिल्यानंतर २१ मार्च १९९८ रोजी कुरेशी यांचे मुंबईतील विलेपार्ले येथे राहत्या घरी निधन झाले.

# २७

# रामलाल

एक गुणी प्रतिभावान संगीतकार. पण कमनशिबी ठरले.

१९६५ मध्ये रिलीज झालेल्या व्ही शांताराम यांच्या 'गीत गाया पत्थरों ने' या गाण्याने त्यांना कीर्तीच्या शिखरावर पोहोचवले. रामलाल यांनी आशा भोसले यांनी गायलेले 'तेरे खयालों में हम', किशोरी आमोणकर (सोलो), आशा भोसले यांनी गायलेले 'सांसों के तार पर' रेकॉर्ड केले. आणि महेंद्र कपूर (युगल) आणि सी.एच. आत्मा यांनी गायलेले ' मंडवे तले गरीब के दो फूल खिल रहे हैं' ही सर्व त्या काळातील लोकप्रिय गाणी होती. त्यानंतर काही दमदार संगीत दिग्दर्शक आणि नामवंत निर्मात्यांच्या डावपेचांमुळे ते इंडस्ट्रीतून बाहेर पडले. त्यानंतर त्यांनी स्वतःचा चित्रपट तयार करण्याचा निर्णय घेतला. चार्ल्स या जोडीदारासोबत त्यांनी 'पन्ना पिक्चर्स' या बॅनरखाली 'त्यागी' हा चित्रपट सुरू केला. त्यांनी या प्रकल्पात सुमारे ६०,००० रुपये गमावले आणि इंडस्ट्रीमध्ये एक कुजबुज सुरू झाली की निर्माता म्हणून रामलाल त्यांच्या चित्रपटांना न्याय देऊ शकले नाहीत. त्यांना आणखी चित्रपट मिळाले नाहीत. रामलाल यांनी 'आग', 'मुगल-ए-आझम' आणि 'नवरंग' या चित्रपटांमध्ये बासरी आणि शहनाई वाजवली. 'सेहरा'मध्ये संतूरवादक पंडित शिवकुमार शर्मा आणि 'गीत गाया पत्थरों ने'मध्ये बासरीवादक पंडित हरिप्रसाद चौरसिया यांनी त्यांच्या हाताखाली काम केले. लक्ष्मीकांत प्यारेलाल यांनी त्यांच्यासोबत 'माया मच्छिंदर'मध्ये सहाय्यक म्हणून काम केले आहे. कल्याणजी आनंदजी यांनी त्यांच्या दिग्दर्शनाखाली 'नागलोक'मध्येही त्यांच्यासोबत काम केले. नशीब म्हणा किंवा काहीही पण इतक्या सुंदर गाण्यांचे निर्माते रामलाल यांना चित्रपटात काम

करण्याची फारशी संधी मिळाली नाही. असे असतानाही त्यांनी जे काही काम केले ते त्यांची प्रतिभा सिद्ध करण्यासाठी पुरेसे होते.

रामलाल हे मुळात शहनाई वादक होते. असे म्हटले जाते की ते व्ही. शांताराम यांच्याशी त्यांचा करार होता. ज्यामुळे ते बाहेर काम करू शकत नव्हते. आणि शांतारामजींनीही त्यांचा वापर केला नाही. तो काळ वेगळा होता. त्या काळी लोकं केलेला करार मानत असत व पाळत देखील असत. एक प्रकारे शांतारामजी त्यांच्या परिस्थितीला जबाबदार ठरले. शेवटी रामलाल गरिबीत मरण पावले.

# २८
# चित्रगुप्त

चित्रगुप्त श्रीवास्तव (१६ नोव्हेंबर १९१७ - १४ जानेवारी १९९१), चित्रगुप्त म्हणून ओळखले जातात. त्यांनी हिंदी आणि भोजपुरी चित्रपटांना संगीत दिले.

## वैयक्तिक जीवन

त्यांचा जन्म भारताच्या बिहार राज्यातील (आता गोपालगंज जिल्ह्यात) सारण जिल्ह्यातील सावरेजी या गावात झाला. ते दोन विषयांत पदव्युत्तर होते. त्यांची मुले आनंद-मिलिंद हे देखील बॉलीवूड संगीत दिग्दर्शक आहेत.

## करिअर

चित्रगुप्त यांनी १९४६ ते १९९८ पर्यंतच्या १५० चित्रपटांना संगीत दिले. त्यांपैकी जबक, भाभी, ऊंचे लोग, इन्साफ की मंझिल आणि काली टोपी लाल रुमाल (मोहम्मद रफी आणि लता मंगेशकर यांनी गायलेले "लागी छुटे ना" या गाण्यासाठी प्रसिद्ध) हे चित्रपट लोकप्रिय होते. मीना कुमारी आणि सुनील दत्त अभिनीत १९६२ मध्ये रिलीज झालेल्या मैं चुप रहूंगी नंतर ते घराघरात प्रसिद्ध झाले. हा चित्रपट बॉक्स ऑफिसवर "सुपर-हिट" ठरला आणि "चांद जाने कहां खो गया" आणि "कोई बता दे दिल है जहां" सारखी गाणी लोकप्रिय झाली.

तसेच "गंगा की लहरें" मधील किशोर कुमार आणि लता मंगेशकर यांनी गायलेले "मचलती हुई हवा मे छम छम " हे गाणे हिट झाले आहे. त्यांनी किशोर कुमारला शास्त्रीय गाणे "पायलवाली देख ना" आणि "अगर सुन ले कोई नगमा" हे लोकप्रिय गाणे गायला लावले.

# त्यांची काही गाजलेली गाणी

- चल उड जा रे पंछी - भाभी (१९५७)
- एक रात में दो चांद खिले - बरखा (१९६०)
- लागी छुटे ना अब तो सनम - काली टोपी लाल रुमाल (१९५९)
- तेरी दुनिया से दूर चले होके मजबूर - जबक (१९६१)
- चांद जाने कहां खो गया - मैं चुप रहूंगी (१९६२)
- छेडो ना मेरी झुल्फें - गंगा की लहरें (१९६४)
- जाग दिल ए दिवाना - ऊंचे लोग (१९६५)
- ये परबतों के दायरे - वासना (१९६८)
- देखो मौसम क्या बहार है - ऑपेरा हाउस (१९६१)
- तुमने हसी ही हसी मे, - घर बसाके देखो (१९६३)

# २९
# एस. एन. त्रिपाठी

एस. एन. त्रिपाठी हे श्री नाथ त्रिपाठी (१४ डिसेंबर १९१२ - २८ मार्च १९८८) म्हणून ओळखले जाणारे एक भारतीय संगीतकार होते, ज्यांची सक्रिय वर्षे १९३० ते १९८० होती. त्रिपाठी यांच्या बहुआयामी कार्य श्रेणीमध्ये संगीतकार, लेखक, अभिनेता आणि चित्रपटांचे दिग्दर्शक यांचा समावेश होता. चंदन (१९४२) हा स्वतंत्र संगीतकार म्हणून त्यांचा पहिला चित्रपट होता. ब्रिटीश राजवटीच्या समाप्तीच्या काळात चित्रपटातील गाण्यात "जय हिंद" (भारताचा

विजय) ही घोषणा वापरणारे ते पहिले संगीतकार होते. मानसरोवर (१९४६) चित्रपटातील "जय हिंद, जय हिंद, जय हिंद, ये हिंद की कहानी" हे गाणे होते. होमी वाडिया यांच्या हनुमान पाताळ विजय (१९५१) सारख्या पौराणिक आणि धार्मिक चित्रपटांमध्ये हनुमानाची भूमिका साकारण्यास सुरुवात केली तेव्हा त्यांना अभिनेता म्हणून लोकप्रियता मिळाली.

## प्रारंभिक जीवन
एस.एन. त्रिपाठी, यांचा जन्म उत्तर प्रदेशातील वाराणसी येथे झाला. त्यांचे वडील दामोदर दत्त ठाकूर हे शाळेचे मुख्याध्यापक होते. अलाहाबाद येथून बीएस्सी केल्यानंतर त्रिपाठी यांनी लखनौ येथील पंडित व्ही. एन. भातखंडे यांच्या मॉरिस कॉलेज ऑफ म्युझिकमधून शास्त्रीय संगीताचे प्रशिक्षण घेतले.

## करिअर

१९३५ मध्ये त्रिपाठी मुंबईत आले आणि त्यांना बॉम्बे टॉकीजमध्ये संगीत दिग्दर्शिका सरस्वती देवी सहाय्यक व्हायोलिन वादक म्हणून काम मिळाले. संगीतकार म्हणून त्यांचा पहिला चित्रपट चंदन(१९४२) होता. पण जनम जनम के फेरे (१९५७) हा चित्रपट चांगलाच गाजला. राणी रूपमती, संगीत सम्राट तानसेन (१९६२) आणि इतर चित्रपटांमधील त्यांच्या गाण्यांच्या लोकप्रियतेचे श्रेय त्रिपाठी यांनी राजस्थानी लोकांचे शहनाई आणि मेंडोलिन यांसारख्या वाद्यांचे मिश्रण केले त्याला दिले आहे. लाल किला (१९६०) चित्रपटातील "ना किसी की आंख का नूर हूं" आणि "लगता नहीं है दिल मेरा" यासारख्या त्यांच्या "प्रायोगिक रचना" लोकप्रिय आहेत.

अभिनयाची आवड असलेल्या त्रिपाठी यांची पहिली भूमिका जीवन नैया (१९३६) या चित्रपटात होती. त्यांनी उत्तरा अभिमन्यू (१९४६) मध्ये अभिनय केला आणि त्यानंतर होमी वाडिया दिग्दर्शित राम भक्त हनुमान (१९४८) मध्ये हनुमानाची भूमिका साकारली जिथे त्यांनी संगीत देखील दिले, ही अभिनेता म्हणून त्यांची पहिली प्रमुख भूमिका होती. होमी वाडिया यांच्या हनुमान पाताल विजय (१९५१) या चित्रपटासह अनेक चित्रपटांमध्ये ते हनुमानाची भूमिका करत राहणार होते.

अभिनय आणि संगीत देण्याव्यतिरिक्त, त्रिपाठी यांनी १९५७ मध्ये चित्रपटांचे दिग्दर्शन करण्यास सुरुवात केली. राणी रूपमती हा त्यांचा पहिला चित्रपट होता ज्यासाठी त्यांनी संगीत देखील दिले. १९५९ मध्ये त्रिपाठी यांनी कवी कालिदास आणि पक्षीराज तसेच राम हनुमान युद्ध दिग्दर्शित केले. त्यांनी बिदेसिया (१९६३) सारख्या भोजपुरी चित्रपटांचे दिग्दर्शन करण्याचा प्रयत्न केला, जो बॉक्स ऑफिसवर यशस्वी ठरला. १९७६ पर्यंत त्यांनी चित्रपट दिग्दर्शित करणे सुरू ठेवले, जेव्हा त्यांनी नाग चंपा दिग्दर्शित केला, हा त्यांचा दिग्दर्शक म्हणून शेवटचा चित्रपट.

## मृत्यू

त्रिपाठी यांचे २८ मार्च १९८८ रोजी वयाच्या ७५ व्या वर्षी मुंबई, येथे निधन झाले.

## त्यांची काही लोकप्रिय गाणी

- ज़रा सामने तो आओ छलिये - जनम जनम के फेरे (१९५७)
- आ लौट के आजा मेरे मीत - रानी रुपमती (१९५९)
- निगाहों से दिल का सलाम आ रहा है – कोब्रा गर्ल (१९६३)
- झूमती चली हवा, याद आ गया कोई - संगीत सम्राट तानसेन (१९६२)
- बदली बदली दुनिया है मेरी - संगीत सम्राट तानसेन (१९६२)

# ३०

# सी. रामचंद्र

रामचंद्र नरहर चितळकर (१२ जानेवारी १९१८ - ५ जानेवारी १९८२) हे भारतीय संगीत दिग्दर्शक आणि पार्श्वगायक होते.

संगीतकार म्हणून, त्यांनी मुख्यतः सी. रामचंद्र हे नाव वापरले, जरी त्यांनी अण्णासाहेब (बहादूर प्रताप, मतवाले आणि मददगार चित्रपटांमध्ये), राम चितळकर (सुखी जीवन, बदला, मिस्टर झटपट, बहादुर, आणि दोस्ती या चित्रपटांमध्ये) ही नावे वापरली, आणि श्यामू (ये है दुनिया या चित्रपटात). पुढे, त्यांनी आर.एन. चितळकर या नावाने अनेकदा मराठी चित्रपटांमध्ये गाणी गायली आणि अभिनय केला. अधूनमधून पार्श्वगायक म्हणून त्यांच्या कारकिर्दीसाठी त्यांनी फक्त त्यांचे आडनाव चितळकर वापरले. आझाद (1955) चित्रपटातील "कितना हसीन है मौसम" आणि अलबेला (1951) मधील "शोला जो भडके" यांसारखी काही प्रसिद्ध आणि अविस्मरणीय युगल गीते चितळकरांनी लतासोबत गायली.

## चरित्र

रामचंद्र चितळकर यांचा जन्म १२ जानेवारी १९१८ रोजी महाराष्ट्रातील अहमदनगर जिल्ह्यातील पुणतांबा या छोट्याशा गावात झाला. त्यांनी "गांधर्व महाविद्यालय" येथे विनायकबुवा पटवर्धन यांच्याकडे संगीताचे शिक्षण घेतले आणि नागपूरच्या शंकरराव सप्रे यांच्याकडेही त्यांनी वसंतराव देशपांडे यांच्यासमवेत संगीताचे शिक्षण घेतले. वाय व्ही राव यांच्या नागानंद या चित्रपटात मुख्य भूमिका साकारत त्यांनी चित्रपट उद्योगात प्रवेश केला. सैद-ए-हवस (१९३६) आणि आत्मा तरंग (१९३७) या चित्रपटांमध्ये त्यांनी मिनर्व्हा मूव्हीटोन येथे काही छोट्या भूमिका केल्या होत्या.

मिनर्व्हा संगीतकार बुंदू खान आणि हबीब खान यांना रामचंद्रांनी हार्मोनियमची साथ दिली. त्यांनी जयक्कोडी आणि वन मोहिनीसह तमिळ चित्रपटांमध्ये संगीत दिग्दर्शक म्हणून पदार्पण केले. भगवान दादाच्या सुखी जीवन (१९४२) मध्ये एक चांगला संगीतकार म्हणून संगीत देऊन त्यांनी भगवान दादा बरोबर एक प्रवास सुरु केला तो म्युझिकल बॉक्स ऑफिस हिट अलबेला (१९५१) पर्यंत.

बेनी गुडमन यांच्या प्रभावाने, रामचंद्र यांनी त्यांच्या रचनांमध्ये गिटार आणि हार्मोनिका यांच्या संयोजनात अल्टो सॅक्स सादर केला. शहनाई (१९४७) या चित्रपटातील आना मेरी जान संडे के संडे या त्यांच्या एका प्रसिद्ध गाण्यातही त्यांनी शिट्टी वाजवली. अलबेला चित्रपटातील शोला जो भडके या गाण्यासाठी त्यांनी बोंगो, ओबो, ट्रम्पेट, सनई आणि सॅक्स यांचा वापर केला. त्यांनी लता मंगेशकर यांच्यासोबत "शिन शिनाकी बूबला बू" हे शीर्षक गीत गायले, ज्यात रॉक रिदमचा समावेश होता. आशा (१९५७) मधील "इना मिना डिका" या स्कॅट गाण्यासाठी त्यांनी संगीत दिले.

बीना रॉय आणि प्रदीप कुमार यांची मुख्य भूमिका असलेला १९५३ चा अनारकली चित्रपट हा संगीतकार म्हणून सी. रामचंद्र यांचा सर्वोत्कृष्ट चित्रपट. या चित्रपटासाठी त्यांनी संगीतबद्ध केलेली गाणी आज ही रसिकांच्या स्मरणात आहेत. "ये जिंदगी उसीकी है", "मुझसे मत पूछ मेरे इश्क में क्या रखा है", "मोहब्बत ऐसी धडकन है", "जाग दर्द-ए-इश्क जाग" इत्यादी या चित्रपटातील गाणी प्रचंड हिट झाली. अनारकली ह्या चित्रपटाने सी. रामचंद्र आणि लता मंगेशकर यांची प्रसिद्ध संगीतकार-गायक संयोजन ही सर्वोत्तम केमिस्ट्री घडविली आहे. लंडनमधील एका चित्रपट समीक्षकाने हा चित्रपट पाहिला होता, अशी टिप्पणी केली आहे की नायिकेने देवदूतासारखे गाणे गायले आहे हे नकळत की लता ही अभिनेत्रीला प्लेबॅक देत आहे. त्याचप्रमाणे, व्ही. शांताराम यांच्या नवरंग (१९५९) आणि स्त्री(१९६१) मधील सी. रामचंद्र यांच्या रचना देखील खूप लोकप्रिय होत्या आणि अजूनही स्मरणात आहेत.

लता मंगेशकर यांनी गायलेले आणि कवी प्रदीप यांनी लिहिलेले " ऐ मेरे वतन के लोगो" हे अत्यंत लोकप्रिय देशभक्तीपर गीत सी. रामचंद्र यांची रचना होती. १९६३ मध्ये प्रजासत्ताक दिनी नवी दिल्ली येथील नॅशनल स्टेडियममध्ये जवाहरलाल नेहरू यांच्या उपस्थितीत लता मंगेशकर यांनी ते थेट सादर केले. असे म्हणतात की जवाहरलाल नेहरू इतके भावूक झाले की त्यांच्या गालावरून अश्रू वाहू लागले. २७ जानेवारी २०१४ रोजी, लता मंगेशकर यांचा गुजरातचे तत्कालीन मुख्यमंत्री नरेंद्र मोदी यांच्या हस्ते या गाण्याच्या ५१ व्या वर्धापन दिनानिमित्त मुंबई येथे सत्कार करण्यात आला.

सी. रामचंद्र यांनी हिंदी चित्रपटांव्यतिरिक्त काही मराठी, तेलुगू, तमिळ आणि भोजपुरी चित्रपटांसाठी संगीत रचना दिली. त्यांनी न्यू साई प्रॉडक्शनसह झांझर (१९५३), लहरें (१९५३), दुनिया गोल है (१९५५) या तीन हिंदी चित्रपटांची निर्मिती केली.

१९६० च्या उत्तरार्धात, रामचंद्र यांनी धनंजय (१९६६) आणि घरकुल (१९७०) या दोन मराठी चित्रपटांची निर्मिती केली. संगीत देण्याबरोबरच त्यांनी त्यात अभिनयही केला. रामचंद्रांनी त्यांचे आत्मचरित्र द सिम्फनी ऑफ माय लाइफ (मराठीत माझ्या जीवनाची सरगम) १९७७ मध्ये लिहिले.

सी. रामचंद्र यांचे ५ जानेवारी १९८२ रोजी, त्यांच्या ६४ व्या वाढदिवसाच्या एक आठवडा आधी, मुंबईत निधन झाले.

व्हिंटेज संगीताचा प्रचार करणाऱ्या मुंबईतील म्युझिकलरने २२ जानेवारी २०१० रोजी दीनानाथ मंगेशकर सभागृहात सी. रामचंद्रांच्या रत्नांचा विशेष श्रद्धांजली कार्यक्रम सादर केला.

सी. रामचंद्रांनी त्यांच्या रचनांमध्ये अनेक राग वापरले असले तरी त्यांचा आवडता राग "बागेश्री" (राधा ना बोले - आझाद, १९५५) हाच होता. १९७८ मध्ये बीबीसी स्टुडिओमध्ये महेंद्र कौल यांच्या मुलाखतीत त्यांनी बागेश्रीच्या साधेपणाचे कारण सांगितले. तथापि, त्यांनी मालकंस (आधा है चंद्रमा- नवरंग) सह इतर रागांमध्येही गाणी रचली.

सी. रामचंद्र यांनी 'माझ्या जीवनाची सरगम' या नावाचे आत्मचरित्र लिहिले आहे. वाचनीय आहे.

## त्यांची काही लोकप्रिय गाणी

- ये जिंदगी उसी की है (अनारकली)
- ए मेरे वतन के लोगो
- धीरे से आजा री आंखियन में (अलबेला)
- तुम क्या जानो, तुम्हारी याद में (शिन शिनाकी बुबला बू)
- कितना हसीन है मौसम (आझाद)
- कोई किसी का दीवाना ना बने (सरगम)
- जाग दर्द-ए-इश्क जाग (अनारकली)
- मेहफिल में जल उठी शमा (निराला)

- मुहब्बत ऐसी धडकन है जो समझी नही जाती (अनारकली)
- निर्दयी प्रीतम (स्त्री)
- बलमा बडा नादान (अलबेला)
- दिल की दुनिया बसा के सवरियां (अमरदीप)
- इना मीना डिका (आशा)
- जब दिल को सतावे गम, छेड सखी सरगम (सरगम)
- शोला जो भडके, दिल मेरा धडके (अलबेला)
- मोहब्बत ही ना जो समझे, वो जालीम प्यार क्या जाने (परछाईं)
- देख तेरे संसार की हालत क्या हो गई या भगवान (नास्तिक)
- ना बोले ना बोले ना बोले रे (आझाद)

# ३१
# सरदार मलिक

सरदार मलिक (१३ जानेवारी १९२५ - २७ जानेवारी २००६) एक भारतीय हिंदी चित्रपट संगीत दिग्दर्शक आणि संगीतकार होते. ते १९४० मध्ये बॉलिवूडमध्ये आले आणि ६०० हून अधिक गाण्यांचे संगीत दिग्दर्शक होते. ठोकर (१९५३), औलाद (१९५४), बचपन (१९६३), महाराणी पद्मिनी (१९६४), आणि विशेषत: त्याचा मोठा संगीतमय हिट चित्रपट सारंगा (१९६१) या चित्रपटांसाठी ते ओळखले जातात.

सरदार मलिक यांची पत्नी बिल्कीस ही गीतकार हसरत जयपुरी यांची बहीण होती. या जोडप्याला अनु मलिक, डब्बू मलिक आणि अबू मलिक अशी तीन मुले आहेत. त्यांच्या तिन्ही मुलांनी त्यांच्या वडिलांच्या पावलावर पाऊल ठेवून बॉलिवूडमध्ये संगीत दिग्दर्शक बनले आहेत.

## काही प्रसिद्ध गाणी
- सारंगा तेरी याद में - सारंगा
- हां दीवाना हूँ मैं - सारंगा
- मुझे तुमसे मोहब्बत है मगर मैं कह नहीं सकता - बचपन
- तेरे हम ओ सनम तू जहा मैं वहां - बचपन

# ३२
# सुधीर फडके

सुधीर फडके (२५ जुलै १९१९ - २९ जुलै २००२) हे भारतातील एक दिग्गज मराठी गायक-संगीतकार होते. ते पाच दशके मराठी चित्रपट उद्योग आणि मराठी सुगम संगीत चे प्रतीक म्हणून ओळखले जात होते. फडके यांनी मराठी व्यतिरिक्त अनेक हिंदी चित्रपटांमध्येही गाणी गायली आणि संगीतबद्ध केली.

फडके यांचे टोपणनाव बाबूजी होते.

## संक्षिप्त चरित्र

सुधीर फडके यांचा जन्म २५ जुलै १९१९ रोजी कोल्हापुरात झाला. त्यांचे मूळ नाव राम फडके होते, पण नंतर त्यांनी HMV साठी गाणे तयार केल्यावर त्यांचे नाव बदलून 'सुधीर' असे ठेवले. फडके यांनी शास्त्रीय संगीताचे प्राथमिक शिक्षण कोल्हापुरातील दिवंगत वामनराव पाध्ये यांच्याकडून घेतले. १९४१ मध्ये HMV मधून कारकिर्दीला सुरुवात केल्यानंतर, १९४६ मध्ये ते प्रभात फिल्म कंपनीत संगीत दिग्दर्शक म्हणून रुजू झाले. त्यांच्या प्रदीर्घ कारकिर्दीत त्यांनी अनेक मराठी आणि हिंदी चित्रपटांना संगीत दिले. ते एक पार्श्वगायकही होते. फडके यांनी त्यांची सहकारी गायिका ललिता देऊलकर यांच्याशी लग्न केले. त्यांचा मुलगा श्रीधर फडके (जन्म १९५०) हा देखील संगीतकार आणि गायक आहे.

कवी ग. दि. माडगूळकर यांच्या श्लोकांवर आधारित गीतरामायण ही फडके यांच्या सर्वाधिक लोकप्रिय कृतींपैकी एक आहे. हा कार्यक्रम ऑल इंडिया रेडिओवर एक वर्ष १९५५-५६ पर्यंत चालला. कार्यक्रमाच्या स्टेज परफॉर्मन्सला आजही प्रचंड गर्दी होत आहे. फडके यांनी सर्व ५६ गाण्यांना संगीत दिले, आणि ते रेडिओसाठी वेगवेगळ्या गायकांनी गायले (माणिक वर्मा, ललिता देऊलकर, लता मंगेशकर, फडके स्वतः, वसंतराव देशपांडे, राम फाटक, उषा अत्रे).

फडके त्यांच्या आयुष्याच्या शेवटच्या दिवसांत भारतीय स्वातंत्र्यसैनिक विनायक दामोदर सावरकर यांच्या जीवनावरील हिंदी चित्रपटाच्या निर्मितीमध्ये गुंतले होते. वीर सावरकर या चित्रपटाला सार्वजनिक देणगीतून निधी मिळाला होता. या चित्रपटासाठी सुधीर फडके यांनी शेवटचे गायन आणि संगीत दिले होते.

गोवा स्वातंत्र्य चळवळीतही त्यांचा सक्रिय सहभाग होता आणि भारताच्या स्वातंत्र्यलढ्यात फडके ६० वर्षांहून अधिक काळ राष्ट्रीय स्वयंसेवक संघाशी जोडले गेले होते. ते अमेरिकेतील इंडिया हेरिटेज फाउंडेशनचे मुख्य प्रेरणास्थान आणि संस्थापक सदस्य होते.

## फिल्मोग्राफी

सुधीर फडके यांचे संगीत दिग्दर्शक म्हणून १११ चित्रपट आहेत, त्यापैकी २१ हिंदीत आहेत. आशा भोसले आणि लता मंगेशकर यांसारख्या प्रसिद्ध भारतीय गायकांसोबत त्यांनी मोठ्या प्रमाणावर काम केले.

## लोकप्रिय गाणी

### *गीत रामायण (मराठी: गीत रामायण)*

माडगूळकरांनी लिहिलेली ५६ गाणी 'गीतरामायण' रचलेली आणि सादर केली. गीत रामायण, गीतांचा संग्रह हा रामायणाच्या भारतीय महाकाव्याचा कालक्रमानुसार सारांश आहे. सुधीर फडके यांचे पहिले गीतरामायण ऑल इंडिया रेडिओ पुणे द्वारे शुक्रवार १ एप्रिल १९५५ रोजी राम नवमी (भगवान रामाच्या जन्माचा उत्सव) च्या शुभ दिवशी प्रसारित केले गेले. १ एप्रिल १९५५ पासून ५६ आठवडे दर रविवारी गीतरामायणाचे नवीन गाणे प्रसारित केले गेले. हा त्या काळातील सर्वात लोकप्रिय कार्यक्रमांपैकी एक होता. आसामी, बंगाली, इंग्रजी, हिंदी, कन्नड, कोंकणी, सिंधी, तेलुगू आणि ओरिया या ९ भारतीय भाषांमध्ये गीत रामायण अनुवादित झाले आहे.

## संगीतकार म्हणून

- ज्योति कलश छलके (भाभी की चुडियाँ), लता मंगेशकर यांनी गायलेले राग भूपाळीवर आधारित गाणे
- किशोर कुमार यांनी गायलेले " दिन है सुहाना आज पहली तारीख है" (पहली तारीख), हे गाणे आजपर्यंत प्रत्येक महिन्याच्या १ तारखेला रेडिओ सिलोन-श्रीलंका ब्रॉडकास्टिंग कॉर्पोरेशनवर प्रसारित केले जाते.
- मराठा स्फुर्ती गीत हे मराठा लाइट इन्फंट्रीचे रेजिमेंटल गाणे, सुधीर फडके यांनी लष्करी बँडसाठी संगीतबद्ध केले होते आणि त्याची व्यवस्था केली होती. गीते ग.दि. माडगूळकर यांनी लिहिली आहेत.

फडके यांच्या इतर प्रमुख निर्मितींचा समावेश आहे: अशी पाखरे येती, देव देव्हाऱ्यात नाही, डाव मांडून मांडून मोडू नको, विकत घेतला श्याम, तुझे गीत गाण्यासाठी सूर लाभू दे, तोच चंद्रमा नभात.

## पुरस्कार

फडके यांनी अनेक पुरस्कार जिंकले,

- हा माझा मार्ग एकला ११ व्या राष्ट्रीय चित्रपट पुरस्कार (१९६३) मध्ये मराठीतील सर्वोत्कृष्ट फीचर फिल्मचा राष्ट्रीय चित्रपट पुरस्कार.
- १९९१ मध्ये संगीत नाटक अकादमी पुरस्कार
- एप्रिल २००२ मध्ये सह्याद्री स्वररत्न पुरस्कार, DD सह्याद्री द्वारे प्रदान केलेला पुरस्कार

## मृत्यू

२९ जुलै २००२ रोजी सकाळी १०: ३० वाजता ब्रेन हॅमरेजमुळे मुंबईत त्यांचे निधन झाले. त्यांचे पार्थिव मध्य मुंबईतील दादर येथील वीर सावरकर स्मारकात ठेवण्यात आले होते, जेथे अनेक प्रशंसक त्यांना श्रद्धांजली वाहण्यासाठी आले होते.

मुंबई उपनगरात बोरिवली आणि दहिसर दरम्यान पूर्व आणि पश्चिमेला जोडणाऱ्या रेल्वे लाईन आणि दहिसर नदीवर जाणाऱ्या उड्डाणपुलाला त्यांचे नाव देण्यात आले.

भांडुप (पश्चिम) च्या मुंबई उपनगरातील भांडुप व्हिलेज रोडचे बीएमसीने संगीतकार सुधीर फडके मार्ग असे नामकरण केले.

# ३३
# शिव-हरी

शिव-हरी म्हणजे शिवकुमार शर्मा, संतूर वादक आणि हरिप्रसाद चौरसिया, बासरीवादक या भारतीय संगीत दिग्दर्शक जोडीचा संदर्भ आहे. या जोडीने भारतीय शास्त्रीय संगीताच्या तुकड्यांवर तसेच भारतीय चित्रपटांच्या स्कोअरवर काम केले आहे.

## करिअर
१९६७ च्या सुरुवातीला शिव-हरी यांनी कॉल ऑफ द व्हॅली नावाचा अल्बम रेकॉर्ड केला. गिटार वादक ब्रिजभूषण काबरा यांच्या सक्रिय सहभागामुळे आणि ज्या असामान्य पद्धतीने हा भारतीय शास्त्रीय संगीत अल्बम आयोजित केला गेला, त्याचा परिणाम संगीताचा एक ताजा, तेजस्वी आणि किंचित वादग्रस्त प्रकार होता. अल्बममधील गिटारच्या नाविन्यपूर्ण वापरामुळे तो पाश्चात्य देशांतील लोकांमध्ये लोकप्रिय झाला. हा अजूनही भारतीय शास्त्रीय संगीताचा आतापर्यंतचा सर्वात यशस्वी अल्बम आहे.

यामुळे भागीदारीची सुरुवात झाली आणि अनेक वर्षांमध्ये अनेक लाइव्ह आउटिंग झाले. १९६७ च्या संकल्पना अल्बमला होकार म्हणून, या जोडीने १९९६ मध्ये द व्हॅली रिकॉल्स हा थेट अल्बम जारी केला.

## डिस्कोग्राफी

जरी त्यांनी आपापल्या कारकिर्दीच्या वेगवेगळ्या टप्प्यांवर एकल प्रकल्प सुरू केले असले तरी, शिव-हरी यांनी एकूण आठ हिंदी भाषेतील चित्रपटांसाठी पुन्हा एकत्र काम केले.

- सिलसिला (१९८१) फासले (१९८५) विजय (१९८८) चांदनी (१९८९) लम्हे (१९९१) परंपरा (१९९३)साहिबान (१९९३) डर (१९९३)

  सर्वोत्कृष्ट संगीत दिग्दर्शकाचा फिल्मफेअर पुरस्कार

- सिलसिला (१९८१), चांदनी (१९८९) डर (१९९३)

# ३४
# रविशंकर

रविशंकर, पूर्ण नाव रवींद्र शंकर चौधरी; (७ एप्रिल १९२० - ११ डिसेंबर २०१२). हे उत्तम सितार वादक आणि संगीतकार होते. त्यांना पंडित म्हणून संबोधले जाते. २० व्या शतकाच्या उत्तरार्धात ते सितारचे सर्वात प्रसिद्ध समर्थक होते आणि जगभरातील इतर अनेक संगीतकारांना प्रभावित केले. रविशंकर यांना 1999 मध्ये भारताचा सर्वोच्च नागरी सन्मान, भारतरत्न, प्रदान करण्यात आला.

रविशंकर यांचा जन्म एका बंगाली ब्राह्मण कुटुंबात झाला. त्यांचा तरुणपणातला काळ एक नर्तक म्हणून भारत आणि युरोपच्या दौऱ्यावर त्यांचा भाऊ उदय शंकर यांच्या नृत्य गटाबरोबर गेला. दरबारी संगीतकार अल्लाउद्दीन खान यांच्या हाताखाली सितार वादनाचा अभ्यास करण्यासाठी त्यांनी १९३८ मध्ये नृत्य सोडले. १९४४ मध्ये त्यांचे शिक्षण पूर्ण केल्यानंतर, रविशंकर यांनी संगीतकार म्हणून काम केले, सत्यजित रे यांच्या अपू ट्रायालॉजीसाठी संगीत तयार केले आणि १९४९ ते १९५६ पर्यंत ऑल इंडिया रेडिओ, नवी दिल्लीचे संगीत दिग्दर्शक होते.

१९५६ मध्ये, रविशंकर यांनी भारतीय शास्त्रीय संगीत कार्यक्रमांसाठी युरोप आणि अमेरिकेचा दौरा करण्यास सुरुवात केली आणि १९६० च्या दशकात अध्यापन, शास्त्रीय संगीत कार्यक्रम आणि व्हायोलिन वादक येहुदी मेनुहिन आणि

बीटल्स गिटार वादक जॉर्ज हॅरिसन यांच्या सहवासातून तिथली लोकप्रियता वाढली. हॅरिसनवरील त्यांचा प्रभावामुळे १९६० च्या उत्तरार्धात पाश्चात्य पॉप संगीतात भारतीय वाद्यांचा वापर लोकप्रिय होण्यास मदत झाली. रविशंकर यांनी १९७० आणि १९८० च्या दशकात जगाचा दौरा केला. १९८६ ते १९९२ पर्यंत, त्यांनी भारताच्या संसदेच्या वरच्या सभागृहाच्या राज्यसभेचे नामनिर्देशित सदस्य म्हणून काम केले.

आयुष्याच्या शेवटपर्यंत ते सादरीकरण करत राहिले.

## प्रारंभिक जीवन

रविशंकर यांचा जन्म ७ एप्रिल १९२० रोजी बनारस येथे बंगाली कुटुंबात झाला. सात भावांमध्ये रविशंकर सर्वात लहान होते. त्यांचे वडील, श्याम शंकर चौधरी, पूर्व बंगाल (आता बांगलादेश) मध्ये बॅरिस्टर होते. एक प्रतिष्ठित वकील आणि राजकारणी. त्यांनी झालावार, राजस्थान येथे अनेक वर्षे दिवाण (पंतप्रधान) म्हणून काम केले. नंतर लंडन येथे वकील म्हणून काम केले. रविशंकर यांना पाच भावंडे होती: उदय (जे एक प्रसिद्ध नृत्यदिग्दर्शक आणि नर्तक झाले), राजेंद्र, देबेंद्र आणि भूपेंद्र. रविशंकर १९२७ ते १९२८ दरम्यान बनारसच्या बंगालीटोला हायस्कूलमध्ये शिकले.

वयाच्या १० व्या वर्षी, बनारसमध्ये पहिले दशक घालवल्यानंतर, रविशंकर त्यांचा भाऊ, नृत्यदिग्दर्शक उदय शंकर यांच्या नृत्य गटासह पॅरिसला गेले. या दौऱ्यावर नृत्याबरोबरच ते विविध भारतीय वाद्ये वाजवायला शिकले. उदयच्या नृत्य गटाने १९३० च्या मध्यापर्यंत युरोप आणि युनायटेड स्टेट्सचा प्रवास केला. रविशंकर फ्रेंच शिकले आणि पाश्चात्य चालीरीतींशी परिचित पण झाले.

# करिअर

### *भारतात प्रशिक्षण आणि काम*

रविशंकर युरोप दौऱ्यावरून परत येईपर्यंत त्यांचे आई-वडील मरण पावले होते. रविशंकर यांनी १९३८ मध्ये मैहर येथे जाऊन भारतीय शास्त्रीय संगीताचा अभ्यास करण्यासाठी खान यांचे शिष्य म्हणून भारतीय शास्त्रीय संगीताचा अभ्यास सुरु केला. तेथे त्यांनी सतार आणि सुरबहारचे प्रशिक्षण घेतले, तसेच राग आणि धृपद, धमर आणि ख्याल या संगीत शैली शिकल्या आणि रुद्र वीणा, रुबाब आणि सुरसिंगार या वाद्यांचे तंत्र शिकले होते. डिसेंबर १९३९ मध्ये शंकर यांनी सतार वादनावर सार्वजनिकपणे सादरीकरण करण्यास सुरुवात केली आणि त्यांचा पहिला कार्यक्रम सरोद वादन करणाऱ्या अली अकबर खान यांच्यासोबत जुगलबंदी होता.

रविशंकर यांनी १९४४ मध्ये प्रशिक्षण पूर्ण केले. ते मुंबईला गेले. त्यांनी वयाच्या २५ व्या वर्षी "सारे जहाँ से अच्छा" या लोकप्रिय गाण्यासाठी संगीत दिले. त्यांनी एचएमव्ही इंडियासाठी संगीत रेकॉर्ड करण्यास सुरुवात केली आणि ऑल इंडिया रेडिओ (एआयआर), नवी दिल्ली येथे फेब्रुवारी १९४९ ते जानेवारी १९५६ पर्यंत संगीत दिग्दर्शक म्हणून काम केले. गोदान आणि अनुराधासह अनेक हिंदी चित्रपटांसाठी ते संगीत दिग्दर्शक होते.

भारतीय पंतप्रधान राजीव गांधी यांनी नामनिर्देशित केल्यानंतर १२ मे १९८६ ते ११ मे १९९२ या कालावधीत त्यांनी राज्यसभेचे, भारतीय संसदेचे उच्च कक्ष सदस्य म्हणून काम केले.

रविशंकर यांनी आत्मचरित्र राग माला लिहिले. त्यांनी त्यांची मुलगी अनुष्का शंकर हिला सितार वाजवायला शिकवले आणि १९९७ मध्ये कॅलिफोर्निया विद्यापीठ, सॅन दिएगो येथे रीजेंट्सचे प्राध्यापक बनले.

# आजारपण आणि मृत्यू

९ डिसेंबर २०१२ रोजी रविशंकर यांना श्वास घेण्यास त्रास होत असल्याच्या तक्रारीनंतर कॅलिफोर्नियातील सॅन डिएगो येथील ला जोला येथील स्क्रिप्स मेमोरियल हॉस्पिटलमध्ये दाखल करण्यात आले. ११ डिसेंबर २०१२ रोजी सुमारे १६: ३० वाजता हृदयाच्या झडपा बदलण्याच्या शस्त्रक्रियेनंतर त्यांचे निधन झाले.

## पुरस्कार

### *भारत सरकारचा सन्मान*

- भारतरत्न (१९९९)
- पद्मविभूषण (१९८१)
- पद्मभूषण (१९६७)
- संगीत नाटक अकादमी पुरस्कार (१९६२)
- संगीत नाटक अकादमी फेलोशिप (१९७५)
- कमांडर ऑफ द लीजन ऑफ ऑनर ऑफ फ्रान्स (२०००)
- ऑनररी नाइट कमांडर ऑफ द ऑर्डर ऑफ द ब्रिटिश एम्पायर (KBE) "संगीत सेवा" (२००१)
- भारत आणि युनायटेड स्टेट्समधील विद्यापीठांकडून मानद पदव्या.
- अमेरिकन अकादमी ऑफ आर्ट्स अँड लेटर्सचे मानद सदस्य
- मेलबर्न विद्यापीठ, ऑस्ट्रेलिया (२०१०) मधील कायद्याचे मानद डॉक्टर
- फुकुओका आशियाई संस्कृती पुरस्कार (१९९१)
- पाच ग्रॅमी पुरस्कार

## काही गाजलेली गाणी

- हाये रे वो दिन क्यूँ ना आये – अनुराधा
- जाने कैसे सपनों में खो गई अँखियाँ – अनुराधा
- कैसे दिन बीते, कैसे बीती रतिया – अनुराधा
- ए री, मैं तो प्रेम दिवानी - मीरा
- चली आज गोरी पिया की नगरिया – गोदान

# ३५
# आर डी बर्मन

राहुल देव बर्मन (२७ जून १९३९ - ४ जानेवारी १९९४) हे भारतीय संगीत दिग्दर्शक होते. पंचम दा टोपणनाव, ते संगीतकार सचिन देव बर्मन यांचे एकुलते एक पुत्र होते.

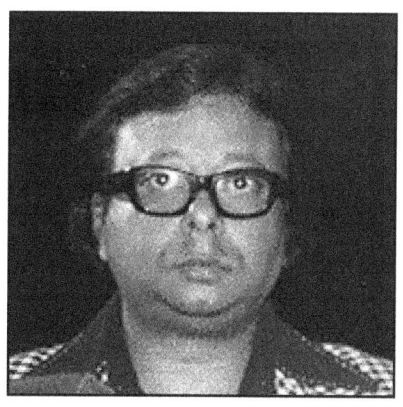

ते प्रामुख्याने हिंदी चित्रपट उद्योगात एक संगीतकार म्हणून सक्रिय होते आणि काही रचनांसाठी त्यांनी गायन देखील दिले. त्यांनी भारतीय संगीत दिग्दर्शकांच्या पुढील पिढीवर प्रभाव टाकला, आणि त्यांची गाणी भारतात आणि परदेशात लोकप्रिय आहेत.

आर डी बर्मन यानी संगीत दिलेले भूत बंगला चित्रपटातील गाणे "आओ ट्विस्ट करे" आम्ही ऐकले आणि आम्हाला वाटले की आपल्याला हवे असलेले संगीत आर डी च देऊ शकतो. तिसरी मंझिल ची गाणीही चांगली होती. शम्मी कपूर च्या सिनेमाला नेहमी SJ चे संगीत असायचे.त्यामुळे शम्मी कपूर ने स्वतः याचे गाणे ऐकून पसंद केल्यावरच आर डी ला हा सिनेमा मिळाला. तशी अटच होती.

पडोसन ची गाणी पण चांगली होती. पण आम्हाला आओ ट्विस्ट करे सारखी गाणी हवी होती.

आणि मग हरे राम हरे कृष्ण मधील "दम मारो दम" गाणे आले आणि आम्ही सर्वजण एकदम खुश होऊन गेलो. आम्ही म्हणालो ही खरी नवीन पिढीची गाणी. त्या गाण्याला आम्ही डोक्यावरच घेतले.

पण आर डी ने हे पाश्चिमात्य संगीताचे भूत बाटलीतून बाहेर काढले. आणि मग बाकीच्या संगीतकारांनी ते सूर आणखीच ताणायला सुरुवात केली. त्याला काही दिशाच राहिली नाही. शेवटी आर डी ने १९४२ लव्ह स्टोरी मध्ये पुन्हा जुन्या स्टाईल

ने संगीत दिले आणि गाडी रुळावर आणायचा प्रयत्न केला. पण दुर्दैवाने आर डी च परलोकाच्या प्रवासाला निघून गेला. आपण त्याच्या संगीताची रेंज जाणून घेऊ शकत नव्हतो. आणि त्याचे संगीत ही काळाच्या पुढचे होते.

एकूण काय तर आमचा संगीत प्रवास एस डी बर्मन पासून सुरु झाला आणि आर डी पाशी संपला.

वडिलांपासून सुरु आणि मुलापाशी शेवट.

# चरित्र

### प्रारंभिक जीवन
बर्मन यांचे प्रारंभिक शिक्षण पश्चिम बंगालमध्ये झाले. त्यांचे वडील एस.डी. बर्मन हे बॉलीवूड, मुंबईस्थित हिंदी चित्रपट उद्योगातील प्रसिद्ध संगीत दिग्दर्शक होते. जेव्हा ते सतरा वर्षांचे होते, तेव्हा आर.डी. बर्मन यांनी त्यांचे पहिले गाणे, ऐ मेरी टोपी पलट के आ, रचले, जे त्यांच्या वडिलांनी फंटूश (१९५६) चित्रपटात वापरले. सर जो तेरा चकराये या गाण्याचे सूरही त्यांनी लहानपणीच रचले होते.

मुंबईत R D बर्मन यांना उस्ताद अली अकबर खान (सरोद) आणि समता प्रसाद (तबला) यांच्याकडून प्रशिक्षण देण्यात आले. त्यांनी सलील चौधरी यांनाही आपले गुरू मानले. त्याने आपल्या वडिलांचे सहाय्यक म्हणून काम केले आणि अनेकदा त्याच्या वाद्यवृंदात हार्मोनिका वाजवली.

बर्मन यांना संगीत सहाय्यक म्हणून श्रेय दिलेले काही उल्लेखनीय चित्रपट म्हणजे चलती का नाम गाडी, कागज के फूल, तेरे घर के सामने, बंदिनी, जिद्दी, गाईड आणि तीन देविया. बर्मन यांनी त्यांच्या वडिलांच्या "है अपना दिल तो आवारा" या हिट रचनेसाठी माऊथ ऑर्गन देखील वाजवले, जे सोलवा साल या चित्रपटात प्रदर्शित झाले होते आणि हेमंता मुखोपाध्याय यांनी गायले होते.

स्वतंत्र संगीत दिग्दर्शक म्हणून R D बर्मन यांचा पहिला रिलीज झालेला चित्रपट होता छोटे नवाब (१९६१). प्रख्यात बॉलीवूड कॉमेडियन मेहमूद यांनी छोटे नवाबची निर्मिती करण्याचा निर्णय घेतला तेव्हा त्यांनी संगीतासाठी प्रथम बर्मनचे वडील सचिन देव बर्मन यांच्याशी संपर्क साधला. पण मग मेहमूदने R D ला तबला वाजवताना पाहिले आणि त्याला छोटे नवाबसाठी संगीत दिग्दर्शक म्हणून साइन केले. R D ने नंतर मेहमूदशी जवळीक साधली आणि मेहमूदच्या भूत बंगला (१९६५) मध्ये संगीत देण्याबरोबरच एक छोटीशी भूमिका पण केली.

R D चा संगीत दिग्दर्शक म्हणून पहिला हिट चित्रपट होता तीसरी मंझिल (१९६६). R D बर्मन यांनी गीतकार मजरूह सुलतानपुरी यांना चित्रपटाचे निर्माते आणि लेखक नासिर हुसेन यांच्याकडे शिफारस केल्याचे श्रेय दिले. नासिर हुसेन यांनी R D बर्मन आणि गीतकार मजरूह सुलतानपुरी यांना बहारों के सपने (१९६७), प्यार का मौसम (१९६९) आणि यादों की बारात (१९७३) सह त्यांच्या सहा चित्रपटांसाठी साइन केले. पडोसन (१९६८) साठी R D बर्मनचा स्कोअर चांगलाच गाजला. दरम्यान, त्यांनी ज्वेल थीफ (१९६७) आणि प्रेम पुजारी (१९७०) या चित्रपटांसाठी वडिलांचे सहाय्यक म्हणून काम करणे सुरू ठेवले.

## *लग्न*

R D बर्मन यांच्या पहिल्या पत्नीचे नाव रिटा पटेल होते. तिला ते दार्जिलिंगमध्ये भेटले होते. दोघांनी १९६६ मध्ये लग्न केले आणि १९७१ मध्ये घटस्फोट घेतला. परिचय (१९७२) मधील मुसाफिर हूं यारों हे गाणे विभक्त झाल्यानंतर हॉटेलमध्ये असताना रचले होते.

R D बर्मन यांनी १९८० मध्ये आशा भोसले यांच्याशी लग्न केले. त्यांनी एकत्र अनेक हिट गाणी रेकॉर्ड केली आणि अनेक लाइव्ह परफॉर्मन्सही सादर केले. तथापि, त्याच्या आयुष्याच्या अखेरीस ते एकत्र राहिले नाहीत. R D बर्मन यांना आर्थिक अडचणी होत्या. त्यांच्या मृत्यूनंतर तेरा वर्षांनी २००७ मध्ये त्यांची आई मीरा मरण पावली.

१९७० च्या दशकात, राजेश खन्ना अभिनीत चित्रपटांमधील किशोर कुमार गाण्यांमुळे R D बर्मन अत्यंत लोकप्रिय झाले. कटी पतंग (१९७०), एक संगीतमय हिट, आराधना फेम शक्ती सामंत दिग्दर्शित १९७० च्या चित्रपटांच्या मालिकेची सुरुवात होती. किशोर कुमारने गायलेली "ये शाम मस्तानी" आणि "ये जो मोहब्बत है" ही गाणी झटपट हिट झाली. किशोर कुमार व्यतिरिक्त, बर्मन यांनी मोहम्मद रफी, आशा भोसले आणि लता मंगेशकर यांनी गायलेली अनेक लोकप्रिय गाणी देखील संगीतबद्ध केली.

R D बर्मन यांनी देव आनंदच्या हरे रामा हरे कृष्णा (१९७१) साठी संगीत दिले. या चित्रपटातील आशा भोसले "दम मारो दम" हे गाणे हिंदी चित्रपट संगीतातील एक प्रमुख रॉक क्रमांक ठरले. त्याच वर्षी R D बर्मन यांनी अमर प्रेमसाठी संगीत दिले. या साउंडट्रॅकमधील लता मंगेशकर "रैना बिती जाये" हे गाणे हिंदी चित्रपट संगीतातील शास्त्रीय संगीताचे रत्न मानले जाते. १९७१ मधील बर्मनच्या इतर हिट गाण्यांमध्ये बुड्ढा मिल गया मधील "रात कली एक ख्वाब में" हे रोमँटिक

गाणे आणि कारवामधील हेलन-स्टारर कॅबरे गाणे "पिया तू अब तो आजा" यांचा समावेश होता. त्यांना कारवाँसाठी त्यांचे पहिले फिल्मफेअर पुरस्कार नामांकन मिळाले.

१९७२ मध्ये R D बर्मन यांनी सीता और गीता, रामपूर का लक्ष्मण, मेरे जीवन साथी, बॉम्बे टू गोवा, अपना देश आणि परिचय यासह अनेक चित्रपटांसाठी संगीत दिले. यादों की बारात (१९७३), आप की कसम (१९७४), शोले (१९७५) आणि आंधी (१९७५) यांसारख्या हिट चित्रपटांसह त्याचे यश कायम राहिले. १९७५ मध्ये माँ की पुकार नावाच्या छोट्या माहितीपटासाठी त्यांनी एक गाणे तयार केले. त्यांचे वडील एस. डी. बर्मन कोमात गेल्यानंतर, बर्मन यांनी मिली (१९७५) चे संगीतही पूर्ण केले.

बर्मन यांनी संगीतबद्ध केलेल्या हम किसीसे कम नहीं (१९७७) मधील "क्या हुआ तेरा वादा" गाण्यासाठी मोहम्मद रफी यांना सर्वोत्कृष्ट पार्श्वगायकाचा राष्ट्रीय चित्रपट पुरस्कार मिळाला. कसमे वादे (१९७८), घर (१९७८), गोल माल (१९७९) आणि खुबसूरत (१९८०) यांसारख्या चित्रपटांसाठी त्यांनी अनेक लोकप्रिय गाणी संगीतबद्ध केली. सनम तेरी कसम (१९८१) साठी त्यांना पहिला फिल्मफेअर सर्वोत्कृष्ट संगीत दिग्दर्शक पुरस्कार मिळाला. १९८१ मध्ये त्यांनी रॉकी, सत्ता पे सत्ता आणि लव्ह स्टोरीसाठी हिट संगीतही दिले.

राजेश खन्ना-किशोर-आर.डी. बर्मन या त्रिकुटाने ३२ चित्रपटांमध्ये एकत्र काम केले आहे आणि हे चित्रपट आणि गाणी लोकप्रिय आहेत. तिघेही जवळचे मित्र होते. आर.डी. बर्मन यांनी राजेश खन्ना यांच्यासाठी ४० चित्रपटांची रचना केली.

R D बर्मन यांना १९८८ मध्ये हृदयविकाराचा झटका आला आणि एक वर्षानंतर लंडनमधील प्रिन्सेस ग्रेस हॉस्पिटलमध्ये हृदयाची बायपास शस्त्रक्रिया झाली. या काळात त्यांनी अनेक सूर रचले, जे कधीच प्रसिद्ध झाले नाहीत.

1942 अ लव्ह स्टोरी (१९९४) त्यांच्या मृत्यूनंतर रिलीज झालेला चित्रपट आणि तो प्रचंड यशस्वी झाला. याने त्यांना मरणोत्तर तिसरा आणि शेवटचा फिल्मफेअर पुरस्कार जिंकून दिला.

R D बर्मन यांच्यावर पाश्चात्य, लॅटिन, ओरिएंटल आणि अरबी संगीताचा प्रभाव होता आणि त्यांनी यातील घटक स्वतःच्या संगीतात समाविष्ट केले. सँडपेपर घासणे आणि बांबूच्या काड्या एकत्र ठोकणे यासारख्या पद्धतींमधून तयार होणाऱ्या विविध संगीताच्या आवाजांवरही त्यांनी प्रयोग केले. "मेहबूबा, मेहबूबा" ची सुरुवातीची बीट्स तयार करण्यासाठी त्याने बिअरच्या बाटल्यांमध्ये फुंकर मारली. त्याचप्रमाणे,

यादों की बारात (१९७३) या चित्रपटातील "चुरा लिया है" या गाण्यासाठी टिंकिंग आवाज तयार करण्यासाठी त्याने कप आणि बशीचा वापर केला.

## वारसा

बर्मन यांच्या मृत्यूनंतर बनलेल्या अनेक हिंदी चित्रपटांमध्ये त्यांची मूळ गाणी किंवा त्यांची रिमिक्स आवृत्ती आहे. दिल विल प्यार व्यार (२००२), ज्यामध्ये बर्मनची अनेक पुनर्रचना केलेली हिट गाणी आहेत, त्यांना श्रद्धांजली म्हणून तयार करण्यात आली होती. झंकार बीट्स (२००३), ज्याने विशाल-शेखर या संगीत दिग्दर्शक जोडीला प्रसिद्धीच्या झोतात आणले, ही देखील त्यांना श्रद्धांजली आहे. ख्वाहिश (२००३) मध्ये मल्लिका शेरावत R D बर्मन फॅन आहे; चित्रपटात त्याचे वारंवार संदर्भ दिले आहेत. २०१० मध्ये, ब्रह्मानंद सिंग यांनी पंचम अनमिक्स्ड: मुझे चलते जाना है नावाचा ११३ मिनिटांची डॉक्युमेंटरी रिलीज केली, ज्याला समीक्षकांची प्रशंसा मिळाली. लुटेरा (२०१३) चे संगीतR D बर्मन यांना श्रद्धांजली आहे. आर.डी. बर्मन यांना श्रेय देणाऱ्या इतर चित्रपटांमध्ये चुरा लिया है साठी गँग (२०००) आणि मान्सून वेडिंग (२००१) यांचा समावेश आहे.

१९९५ मध्ये, फिल्मफेअर अवॉर्ड्सने त्यांच्या स्मरणार्थ नवीन संगीत प्रतिभेसाठी फिल्मफेअर आरडी बर्मन पुरस्काराची स्थापना केली. हिंदी चित्रपटसृष्टीतील आगामी संगीत प्रतिभेला हा पुरस्कार दिला जातो. २००९ मध्ये, बृहन्मुंबई महानगरपालिकेने सांताक्रूझमधील सार्वजनिक चौकाला R D बर्मन यांचे नाव दिले.

## पुरस्कार आणि मान्यता

## बर्मन २०१३ च्या भारताच्या स्टॅम्पवर

जरी बर्मन यांनी बॉलीवूड चित्रपटातील संगीताच्या भविष्यासाठी मार्ग प्रशस्त करण्यासाठी असंख्य बॉलीवूड संगीत दिग्दर्शकांची पायाभरणी केली असली तरी, त्यांना एकूण फक्त तीन फिल्मफेअर पुरस्कारांनी सन्मानित करण्यात आले, त्यापैकी एक मरणोत्तर (1942: अ लव्ह स्टोरी साठी) प्रदान करण्यात आला.

## फिल्मफेअर पुरस्कार
सर्वोत्कृष्ट संगीत दिग्दर्शक

* १९८३ - सनम तेरी कसम १९८४ - मासूम
* १९९५ - 1942: अ लव्ह स्टोरी

## नामांकन

* १९७२ – कारवां १९७४ - यादों की बारात १९७५ - आप की कसम १९७६ - खेल खेल में
* १९७६ - शोले ( संगीत आणि पुरुष पार्श्वगायक) "मेहबूबा मेहबूबा" १९७७ - मेहबूबा
* १९७८ - हम किसीसे कम नहीं १९७८ - किनारा १९७९ – शालीमार १९८१ - शान
* १९८२ - लव्ह स्टोरी १९८४ - बेताब १९८५ – जवानी १९८६ - सागर

www.ingramcontent.com/pod-product-compliance
Lightning Source LLC
LaVergne TN
LVHW092357220825
819400LV00031B/409
* 9 7 9 8 8 9 0 2 6 4 4 1 1 *